चमचा
चमचा
विद्वान
वि.आ.बुवा

चमचा चमचा विद्वान

वि. आ. बुवा

दिलीपराज प्रकाशन प्रा. लि.

२५१ क, शनिवार पेठ, पुणे - ४११ ०३०.

चमचा चमचा विद्वान
Chamacha Chamacha Vidvan

प्रकाशक
राजीव दत्तात्रय बर्वे
मॅनेजिंग डायरेक्टर
दिलीपराज प्रकाशन प्रा. लि.
२५१ क, शनिवार पेठ, पुणे ४११ ०३०

© वि. आ. बुवा

प्रथमावृत्ती - १५ सप्टेंबर २०१०

प्रकाशन क्रमांक - १८२८

ISBN - 978-81-7294-834-4

मुद्रक
Repro India Limited, Mumbai.

टाईपसेटिंग
पितृछाया मुद्रणालय,
९०९, रविवार पेठ, पुणे - ४११ ००२

मुद्रितशोधन
मिलिंद बोरकर, पुणे

मुखपृष्ठ - सुहास चांडक

Website: www. diliprajprakashan.com
Email: diliprajprakashan@yahoo.in

साहित्यक्षेत्रातील पहिल्या वर्षापासूनच,
ज्यांच्यामुळे माझ्या लेखनाचा विकास झपाट्याने
होत गेला, ते हंस-मोहिनी मासिकांचे चोखंदळ,
मर्मज्ञ आणि
आदर्श संपादक **कै. अनंत अंतरकर**
यांना आदरपूर्वक.

-वि. आ. बुवा

– अनुक्रमणिका –

१.

यशवंत पाध्ये : एक बरंच काही

अशी कल्पना करा, मराठी वर्तमानपत्रामध्ये काही फोटो प्रसिद्ध झाले आहेत. त्या फोटोंमध्ये काही व्यक्ती दिसत आहेत. त्यांची नावं नेहमीप्रमाणे 'डावीकडून उजवीकडे' या क्रमानं छापली आहेत. पहिला फोटो-: (डा कडून उ) श्री. यशवंत पाध्ये (क्लिंटनच्या चरित्राचे लेखक), श्री. विल्म जेफरसन तथा बिल क्लिंटन, सौ. हिलरीताई क्लिंटन. हा फोटो वॉशिंग्टन येथील व्हाईट हाऊसच्या हिरवळीवर काढला आहे. दुसरा फोटो : (डा कडून उ) श्री. यशवंत पाध्ये, ('सुंदर माझे लंडन') पुस्तकाचे लेखक, महाराणी सौ. एलिझाबेथदेवी- द्वितीय, श्री. प्रिन्स फिलिप. तिसरा फोटो (डा कडून उ) श्री. यशवंत पाध्ये ('जोन ऑफ आर्क'चे लेखक), श्री. जॅकस चिरॅक, फ्रान्सचे राष्ट्राध्यक्ष, श्री. लिओनेल जोस्पिन - पंतप्रधान. चौथा फोटो : (डा कडून उ) श्री. यशवंत पाध्ये (मॉरिशठी अर्थात 'मॉरिशसमधील मराठी' या पुस्तकाचे लेखक), श्री. कासम उतीम मॉरिशसचे राष्ट्राध्यक्ष, श्री. नवीनचंद्र रामगुलाम - पंतप्रधान, सौ. शीलाबाय बापू.

हे असलं वाचल्यावर काहीतरीच वाटेल. (वाटो! वाटो!) परंतु कुणी सांगावं, खरंच तसले फोटो पाहायला मिळतील. कारण यशवंत पाध्ये यांचं काही खरं नाही. खरं नाही ते खरं करून दाखवतील. 'डा कडून उ' श्री. यशवंत पाध्ये, श्री. यशवंतराव चव्हाण, डा कडून उ : श्री. यशवंत पाध्ये, श्रीमती इंदिरा गांधी, डा कडून उ : श्री. यशवंत पाध्ये, आर. व्यंकटरामन (राष्ट्रपती), डा करून उ : श्री यशवंत पाध्ये, पं. नेहरू, डा कडून उ : श्री. यशवंत पाध्ये, श्री. अटलबिहारी वाजपेयी, डा कडून उ : श्री. यशवंत पाध्ये, श्री. मोरारजी देसाई वगैरे वगैरे अक्षरश: खरं आहे. (पाहा : पुरावा 'रत्नागिरी टाइम्स', ५ जानेवारी १९९० चा यशवंत पाध्ये विशेषांक. हे खोटं आहे, असं

सिद्ध करणाऱ्यास दहा लाख रुपये बक्षीस. (-पाध्ये देतील. या बाबतीत त्यांच्याशीच संपर्क साधावा.)

काही काही नावं आणि आडनावं अशी असतात की, त्यांनी कसलं ना कसलं तरी कर्तृत्व दाखवावंच लागतं. उदाहरणार्थ, गाडगीळ हे आडनाव घ्या. या आडनावाच्या माणसानं अर्थशास्त्रज्ञ झालंच पाहिजे, असा अलिखित दंडकच आहे. आठवा, धनंजयराव ते गंगाधर, बाळ (बाळ गंगाधर नव्हे; ते टिळक होते.) ही नावं. अपवाद वा. य. गाडगीळ, म्हणून त्यांना 'वा. य.' न म्हणता 'वाया' गाडगीळ म्हणावं. गोखले 'पेन'धारी. आठवा, गोपाळ कृष्ण गोखले ते मल्हार कृष्ण गोखले. पलटणच्या पलटण उभी राहील. ही आडनावंच सॉलिड आहेत. 'एका गोखल्यांचं कांदे-बटाट्याचं दुकान आहे आणि दुसरा गोखले किराणा दुकानात नोकर आहे', असली वाक्यं कधीही ऐकायला मिळणार नाहीत. 'बंड्या गाडगीळ एस. टी. त ड्रायव्हर आहे आणि चिंतू गाडगीळ पिठाच्या गिरणीत आहे', असंही कधी ऐकायला मिळणार नाही. या आडनावांचा दबदबाच तसा भारी आहे.

हे झालं आडनावाचं. नावांचंही तसंच असतं. यशवंत हे नावच घ्या. 'यशवंत'ला धडपड करून प्रसिद्ध व्हावंच लागतं. सहज आठवतील तेवढ्या 'यशवंत' नावांवर नजरच टाकली तर बघता-बघता दीड डझन प्रसिद्ध यशवंत मिळाले. 'यशवंत (कवी), यशवंत दि. फडके, यशवंत मनोहर, यशवंत ब. चव्हाण, यशवंत कृ. खाडिलकर, यशवंत दत्त, यशवंत वा. चंद्रचूड, यशवंत सिन्हा, यशवंत न. (चिं.) केळकर, यशवंत खु. देशपांडे, यशवंत होळकर, यशवंत पेटकर, यशवंत गो. जोशी, यशवंत रांजणकर, यशवंत देव, यशवंत पाठक. याशिवाय समर्थ म्हणतात, 'यशवंत, कीर्तिवंत' ते निराळंच एक आडनाव आणखी आहे. 'धर्मसिंधु'कार काशीनाथशास्त्री (बाबा) पाध्ये, मा. स. गोळवलकर (पाध्ये), प्रभाकर पाध्ये, रामदास पाध्ये, बी. वाय. पाध्ये, भाऊ पाध्ये आणि पाठोपाठ यशवंत पाध्ये, यावरून पाध्ये — आडनाव धारण करणाऱ्या व्यक्तीलाही मोठे होणे क्रमप्राप्तच आहे. त्याच्या उलट प्रकार पाहा. भास्कर खळवंडीकर, शिनू लुकतुके, भिकू किडमिडे, दादू खापरखुंटे, धोंडो किरकिरे, भिकाजी इंगळ मंद्रुपकर वगैरे मंडळींवर मोठी माणसं होण्याची जबाबदारी खुद्द परमेश्वरानंच टाकली नाही. परमेश्वराला माहीत आहे, कुठं गाडगीळ, गोखले, पाध्ये वगैरे आणि कुठं किडमिडे, खापरखुंटे आणि खळवंडीकर, पिंगळमंद्रुपकर. असल्या आडनावांच्या आणि नावांच्या माणसांकडून काहीही होणार नाही. ही सगळी नाकर्ती नावं-आडनावं आहेत. असो. (असो हा एक वेळेचं भान ठेवणारा शब्द आहे. मी लांबड लावतोय, असं दिसताच असो लगेच म्हणाला, 'असो'. इथून पुढं फक्त यशवंत पाध्ये.)

सुमारे चाळीस वर्षं मागं. मी मध्य रेल्वेच्या, मुंबईतील माटुंगा स्टेशनात उतरून श्री कार्यक्षेत्र व्ही. जे. टी. आय. या संस्थेच्या दिशेनं चाललो होतो. आता डावीकडे वळून पुढं जायचं, असा तो टर्निंग पॉइंट. तिथं फुटपाथवर पोस्टाची पेटी. रवी वर्म्याच्या चित्रातली दमयंती कठड्यावर हाताचा कोपरा टेकवून उभी असते, याची सहज आठवण व्हावी अशा पद्धतीनं, (त्या वेळच्या) शिडशिडीत बांध्याचा तरुण उभा होता. डावीकडे वळलं तर व्हीजेटीआय येते आणि न वळता तसंच पुढं हिंदू कॉलनीच्या रस्त्यानं गेलं की, रुइया कॉलेज येते. अशा पॉइंटवर उभा असलेल्या तरुणानं मला विचारलं, ''आपणच वि. आ. बुवा का?'' मी 'होय' म्हटल्यावर तो म्हणाला, ''दररोज तुम्ही याच वेळी इथून जात असता, अशी माहिती मला मिळाल्यावर मी तुमची वाट बघत इथं उभा आहे.'' (थोडं कंसातलं : तो कॉर्नर, खरंतर कॉलेजला जवळ असलेला मोक्याचा कार्नर होता. तिथं उभा राहून एकतर्फी वाट कुणाची पाहायची असते, हे मुद्दाम सांगायला नको. हा तरुण मात्र पुरुषाची — तेही बुवा हे पुल्लिंगी आडनाव धारण करणाऱ्याची वाट — पाहत उभा होता. यावरून तो तरुण सभ्य, सुसंस्कृत होता, हे लगेच माझ्या ध्यानात आले.)

''माझं तुमच्याकडे काम आहे.'' तो कॉलेजयुवक म्हणाला, ''मी रुइया कॉलेजात शिकत असतो. मला साहित्याची आवड असून मी यंदा एक दिवाळी अंक काढणार आहे.''

''अरे वा, छान छान!'' या चारही शब्दांना पैसे पडत नसल्यामुळे मी अघळ- पघळपणे म्हणालो.

''तुमच्यासारख्या प्रसिद्ध साहित्यिकाचं साहित्य मला पहिल्या अंकासाठी मिळावं, अशी विनंती आहे.''

'अरे वा, छान छान'चा जोश गायब झाला. त्या शब्दांची जागा 'बघू' या साळसूद शब्दानं घेतली. हा तरुण बघूला छेद देणारा निघाला. 'लेख देतो' असं माझ्याकडून वदवून घेतल्यावरच तो तिथून त्याच्या कॉलेजला निघाला, मी माझ्या कॉलेजला निघालो. वाचकहो, हा तरुण कोण होता, त्याचं नाव काय होतं याची तुम्हाला उत्कंठा लागली असेल. वाचकहो, हाच आपला चरित्रनायक यशवंत पाध्ये. (ही हरिभाऊ आपटे यांची स्टाइल. जाता-जाता तेवढंच स्टाइलचं पुण्यस्मरण.)

'अहमद सेलर बिल्डिंग, गोविंदजी केणी रोड, दादर (पूर्व), मुंबई ४०००१४ ते ११-ब स्वाती, अमृतकुंभ सहनिवास, चितळे मार्ग, दादर (प.), मुंबई - ४०००२८.' हा यशवंत पाध्ये यांचा पूर्वेकडून पश्चिमेकडेचा 'निवास-प्रवास'. आता, दादर (पूर्व) म्हणजे यशवंत पाध्ये राहतात ते दादर का, चितळे मार्ग म्हणजे

यशवंत पाध्ये राहतात तो रस्ता का, अशा पद्धतीनेही यशवंत पाध्ये चिकटतील, अशी साधार शंका येते. एक बघून ठेवले आहे. यशवंत पाध्ये हे एकंदरीत निराळेच आहेत. असंख्य लोकांना त्यांचा इमिजिएट बॉस जरी दीड-दोन मिनिटं बोलला तरी धन्य-धन्य वाटतं. इथं तर पाध्ये डायरेक्ट पं. नेहरूंशीच बोलून आले आहेत. साक्षात इंदिरा गांधी यांच्याशी बोलून आले आहेत. त्या वेळच्या फोटोत पाध्ये बोलत आहेत आणि इंदिराजी ऐकत आहेत, असं स्पष्ट दिसतं. कधी पाध्ये बोलतात तर कधी कॉम्रेड डांगे बोलतात. कधी शरद पवार बोलतात आणि यशवंत पाध्ये सस्मित मुद्रेनं ऐकतात. यावरून बोलणं सुखकारक असावं, असं दिसून येतं. एका फोटोत बाळासाहेब ठाकरे आणि पाध्ये सुहास्य मुद्रेत दिसतात. नानासाहेब गोरेसुद्धा पाध्येंसमवेत दिलखुलास हसतात. याशिवाय अत्रे, काणेकर, कुसुमाग्रज, रमेश मंत्री, ना. सी. फडके, ह. रा. महाजनी या साहित्यिकांनीही यशवंत पाध्येंना आपलाच मानले. (पाहा— त्या-त्या वेळेचे फोटो.)

यशवंत पाध्ये यांची अधिकृत नोंदलेली जन्मवेळ १ सप्टेंबर १९४० असली तरीही ज्योतिषतज्ज्ञांच्या उपलब्ध शास्त्राधारे आणि कुंडलीनुसार यशवंत पाध्ये यांचा जन्म २५ ऑक्टोबर १९४० या दिवशी दुपारी १२ वाजून ३६ मिनिटांनी, रत्नागिरी जिल्ह्यातील (अचानक-फेम गंगा) राजापूर या गावी झाला. काय विलक्षण योगायोग पाहा— याच २५ ऑक्टोबर दिवशी १२९६ मध्ये (कार्तिक वद्य त्रयोदशी शके १२१८) मध्यान्ही 'संतश्रेष्ठ ज्ञानेश्वर' यांनी संजीवनी समाधी घेतली! आणखी एक योगायोग पाहा. दिनांक २५ ऑक्टोबर १८९० — प्रख्यात साहित्यिक हरी नारायण आपटे यांनी 'करमणूक' साप्ताहिक सुरू केलं. २५ ऑक्टोबर या दिवशी अशा दोन घटना घडल्या होत्या. त्याही मराठी साहित्याशी संबंधित अशा. 'प्रसादचिन्हानि पुरः फलानि', असं म्हणतात, ते हेच. याच २५ ऑक्टोबरला जन्मल्यावर यशवंत पाध्ये यांना पुढं भविष्यकाळात साहित्यिक होणं भागच होतं. आणखी एक गोष्ट म्हणजे, त्यांच्या कुंडलीत नवमस्थानी भाग्येश बुध शुक्राच्या राशीत दशमात असल्यामुळे लेखनातून भाग्य देणारा आहे. म्हणून तर त्यांनी 'अभिव्यक्ती' मासिक काढलं; त्याचा रौप्यमहोत्सव केला. पुढं एक नाही, दोन नाही; चक्क पंचवीस पुस्तकं लिहिली. चंद्राच्या दशकाळात 'अभिव्यक्ती' मासिकाचा रौप्यमहोत्सवही साजरा झाला. हे सगळं भविष्य खरं ठरलं. (पाहिजे तर ज्योतिषी श्रीकृष्ण अ. जकातदार यांना विचारा.)

यशवंत पाध्ये यांनी यथाकाल शिक्षण पूर्ण केल्यावर त्यांना 'आपली बँक जिव्हाळ्याची बँक-फेम' बँक ऑफ महाराष्ट्रामध्ये नोकरी लागली. तिथं ते हळूहळू चमकू लागले. चमकत-चमकत एके दिवशी ते व्यवस्थापक झाले. बँकेत गेल्यावर

'अंक' आणि बाहेर आल्यावर 'लिपी' असा 'अंक-लिपी'चा दुहेरी उद्योग ते वर्षानुवर्षे करीत होते. बँकेत असताना सगळं अंकांचं-आकड्यांचं राज्य असायचं आणि बाकीच्या वेळात लिपीद्वारा साहित्याचं राज्य सुरू. अशा प्रकारे राजापूरच्या पाध्यांकडे दोन 'राज्यां'चा राज्यकारभार करण्याचं काम होतं.

एक चौकोन आखायचा. वरच्या रेषेवर 'नोकरी' असं लिहायचं, खालच्या रेषेवर 'साहित्य' असं लिहायचं, डाव्या बाजूला 'राजकारण' असं लिहायचं आणि उजव्या बाजूला 'समाजकारण' असं लिहायचं. अशा चौकानात यशवंत पाध्ये यांना बसवायचं. उभं करायचं नाही; चौकोन खूप मोठा लागेल. तरीही, पाध्ये बसू शकतील (पाठभेद : मावू शकतील.), इतका ऐसपैस चौकोन असावा. हे जे मनोहर दृश्य दिसेल, त्याला 'यशवंत पाध्ये आणि त्यांचं व्यक्तिमत्त्व' असं म्हणावं. या चौकोनात पाध्ये आले. पाध्ये काय (काय) करतात, हा अभ्यासाचा विषय आहे. कोकण हा त्यांचा खास जिव्हाळ्याचा विषय आहे. त्यांच्या दृष्टीनं कोकण म्हणजे सगळं काही. पाध्ये यांनी पत्रकारिताही बरीच केली. काश्मीरचे भूतपूर्व राजे (करणसिंग आणि त्यांचे पूर्वज) 'सदर-ई-रियासत' या सन्मानानं विभूषित होते. पाध्ये यांनी मुंबई सकाळ, मार्मिक, नवशक्ती आणि रत्नागिरी टाइम्स या नियतकालिकांतून साप्ताहिक स्तंभलेखन केले. यालाच साध्या भाषेत सदरं लिहिणं, असं म्हणतात. पाध्यांचं सदर (म्हणजे प्रस्तुत) सदर-कर्तृत्व पाहिलं की, पाध्यांनाही 'सदर-ई-अखबार' असा किताब बहाल करावा, असं वाटतं. (न राहवल्यामुळे मध्येच मीही थोडासा सदरासाठी 'सदर-सम्राट' हा सर्वोच्च सन्मान मीच मला प्रदान करून घेत आहे. कारण मी आतापर्यंत सदर स्वरूपाचे दीड हजारहून अधिक लेख लिहिले आहेत. असो.)

यशवंत पाध्ये यांनी पुस्तकंही ४० लिहिली आहेत. एक साचा (मोल्ड) तयार केला आहे, त्यात शेकडो शब्द घातले आहेत आणि कळ फिरवली की पुस्तक तयार. एकच पुस्तक, नावं बदलून बदलून तो आकडा चाळीसपर्यंत नेता आला असता. परंतु ही आयडिया सुचण्याइतकी चतुर बुद्धिमत्ता पाध्ये यांच्याकडे असती, तर तेही मराठीतल्या वरच्या आळीतल्या लेखकांत कधीच जाऊन बसले असते. यशवंत पाध्ये यांनी लिहिलेलं प्रत्येक पुस्तक भिन्न आहे. बँकमहर्षी वा. पुं. वर्दे, हिटलर, मुसोलिनी, लेनिन, नेहरू ही चरित्रं त्यांनी लिहिली आहेत. उद्योगी महाराष्ट्र, आणीबाणी, घनचक्करांची दुनिया, सत्तेचे गुलाम, मदनिका, मनोविकृतांच्या खून-कथा, निःशस्त्र गुन्हेगार अशा अनेक विषयांवर पाध्ये यांनी पुस्तकं लिहिली आहेत. प्रत्येक पुस्तकाची जातकुळी निराळी आहे. यावरून त्यांचा 'चौफेरपणा' दिसून येतो.

पाध्ये यांचे अनेक मोठ्या व्यक्तींशी स्नेहसंबंध आहेत. सुशीलकुमार शिंदे यांच्याशी तीन दशकांहून अधिक काळ स्नेहाचे संबंध आहेत. शिंदे म्हणतात, "आम्हा राजकारणी मंडळींच्या पडत्या काळात भोवतालची मंडळी उठून जातात. परंतु त्या काळातही पाध्ये माझे चांगले मित्र राहिले." भूतपूर्व महापौर—अर्थात मुंबई महानगरपालिकेचे— म्हणतात, "पाध्ये ही व्यक्ती नसून एक संस्था आहे." नवशक्तीचे सध्याचे संपादक प्रकाश कुलकर्णी म्हणतात, "बँकिंगसारख्या क्षेत्रात काम करीत असतानाही पाध्ये यांनी साहित्य आणि पत्रकारिताक्षेत्रात चांगलं कार्य केलं आहे." हुसेन दलवाई म्हणतात, "यशवंतराव पाध्ये यांच्या स्वभावातील लोहचुंबकत्वामुळे त्यांचा मित्रपरिवार मोठा आहे." पाध्ये यांचे गाववाले राजापूरचे मदन हजेरी यांच्या दृष्टीनं पाध्ये भ्रमर वृत्तीचे समृद्ध लेखक आहेत. "माझ्यासारख्या हुज्जतखोर माणसाशी मैत्री करणं आणि टिकवणं, ही सोपी गोष्ट नाही. पाध्ये यांनी ते दिव्यही पार पाडलं आहे," असं 'मार्मिक'चे कार्यकारी संपादक पंढरीनाथ सावंत यांना म्हटले आहे. शशिकांत गुप्ते यांच्या दृष्टीनं पाध्ये जिवलग स्नेही आहेत. आणखीही अनेकांनी केवळ प्रशंसोद्गारच काढले आहेत. यावरून मी असा निष्कर्ष काढला की, 'यशवंत पाध्ये ग्रेट आहेत.' इतकं सगळं असल्यावर त्यांना ग्रेट होणं भागच आहे.

यशवंत पाध्ये यांचा उत्साह नेहमी ओसंडून वाहत असतो. दुसऱ्याचंही काही चांगलं होत असेल, तर तिथं स्वत: होऊन ते जातात आणि त्या चांगलं होण्याला सक्रिय हातभार लावतात. याचा ताजा अनुभव मला स्वत:लाच आला. ४ जुलै २०००ला मला पंचाहत्तरावं वर्ष लागलं. भारदस्त भाषेत सांगायचं म्हणजे, मी अमृतमहोत्सवी वर्षात पदार्पण केलं. महिनाभर आधीच त्यांना कुणकुण लागली. लगेच चक्रं फिरू लागली. मला फोनवर फोन. प्रत्यक्ष भेटी, गप्पावजा मुलाखत वगैरे वगैरे उत्साहानं केलं. माझ्यावर लेख लिहिले. 'रत्नागिरी टाइम्स'च्या चार आवृत्त्या, 'गोवा टाइम्स', 'सामना' या वृत्तपत्रांत माझ्यावरचे लेख प्रसिद्ध केले. प्रत्यक्ष वाढदिवशी घरी आले. प्रचंड पुष्पकरंडक देऊन शुभेच्छा व्यक्त केल्या. जोडीला वामन देशपांडे आणि दत्ताराम दळवी होते. हे प्रकरण एवढ्यावरच संपलं नाही. बरोबर दोन फोटोग्राफरही आणले होते. दोन्ही फोटोग्राफर्सनी सुमारे पंचवीस वेळा कॅमेऱ्यातून 'क्लिक-क्लिक' असा आवाज काढला. नंतर ती सर्व वृत्तपत्रे, फोटो कुरियरद्वारा लगेच माझ्याकडे पाठवले. अशा माणसाला ग्रेट नाही म्हणायचं, तर काय म्हणायचं? माझा आणि पाध्ये यांचा चाळीस वर्षांचा स्नेहसंबंध या निमित्ताने बहरून आला. प्रेमाला नवीन ताजेपणा आला. याचं सगळं श्रेय पाध्ये यांना! पाध्ये यांची मैत्री तुटण्याची माझी काय टाप लागली आहे! दोरांचे निरनिराळे

प्रकार असतात. पारंपरिक दोर, नायलॉनचे दोर वगैरे. त्यांचे उत्पादकही निराळे असतात. यशवंत पाध्येही एक प्रकारच्या दोराचे उत्पादक आहेत. त्या दोराचे नाव 'स्नेहरज्जू' असं आहे. पाध्यांचं स्नेहरज्जूंचं उत्पादन मोठ्या प्रमाणात आहे, म्हणून काही स्नेहरज्जू परदेशातल्या मित्रांसाठी ते एक्सपोर्ट करीत असतात. हा 'स्नेहरज्जू' विकत मिळत नाही. कारण पाध्ये स्वत:च होल अँड सोल स्टॉकिस्ट आहेत. त्यांच्याशी ज्यांचा स्नेहसंबंध आहे, त्यांना स्नेहबंधनात ठेवण्यासाठी या स्नेहरज्जूंचा पाध्ये उपयोग करत असतात. त्यामुळे एकदा त्यांचा झालेला माणूस निसटून जाणंच शक्य नाही.

खूप मोठा मित्रसंग्रह, लोकसंग्रह, त्यांचं प्रेम ही त्यांची आयुष्यभराची कमाई आहे. (इन्कम टॅक्समधून शंभर टक्के सूट आहे या कमाईला.) असे हे यशवंत हरी पाध्ये आता साठ वर्षांचे झाले आहेत. 'कुर्वन्नेवेह कर्माणि जिजीविषेच्छतं समा:' या ईशावास्योपनिषदातील आदेशाचा पुनरुच्चार करून, मी श्री. यशवंत पाध्ये यांना चांगल्या आरोग्यसह दीर्घायुष्य लाभो, अशी मनोभावे सदिच्छा व्यक्त करतो.

★ ★ ★

२.
चमचा चमचा विद्वान

श्यामराव माझा सख्खा मित्र आहे. तसे ते आहेत सर्वसाधारण गृहस्थ, पण सगळीकडे शहाणा असल्याचा अप्रतिम भास निर्माण करतात. त्यांनी एक निराळीच आयडिया केली. त्यामुळे श्यामराव कोणत्याही बैठकीत बसोत, बघता-बघता विद्वान ठरतात. सर्वांना याचं आश्चर्य वाटतं. त्याचेच काही नमुने बघा.

नाट्यप्रेमी मंडळींत गप्पा मारत बसले की, त्यांच्या मुखातून नाट्य-ज्ञानाची रसवंती वाहू लागते. हे सांगता-सांगता श्यामराव त्या 'रसवंती'त समाविष्ट करून घेतात. ज्या व्यक्तीबद्दल सांगायचं, ती व्यक्ती इतिहास काळातली असो नाही तर पुराणकाळातली असो, इकडची असो नाही तर युरोप-अमेरिकेतली असो... श्यामराव मांडीला मांडी लावून बसतात. कधी ते नाट्यशास्त्र लिहिणाऱ्या भरतमुनीबरोबर असतात, तर कधी मुक्काम पोस्ट लंडनमध्ये शेक्सपिअरसह असतात. मोजक्या, तुटपुंज्या ज्ञानावर विद्वान होतात. अनेक क्षेत्रांतली निवडक वाक्यं श्यामरावांनी पाठ करून ठेवली आहेत. योग्य वेळी एकेक पुडी सोडतात. ऐकणारे म्हणतात, "ओहोहोहो! श्यामराव किती विद्वान आहेत!"

एकदा श्यामराव माझ्याशी गप्पा मारत बसले होते. त्यांच्या अंगात त्या दिवशी शेक्सपिअर संचारला होता. त्यांनी शेक्सपिअरची मोजकी वाक्यं पाठ करून ठेवली होती. त्या वाक्यांचा (संवादांचा) ओघात उपयोग करण्याचं तंत्र श्यामरावांना छान जमलं होतं. ते माझ्याशी गप्पा मारत बसले होते.

"तुम्हाला सांगतो विनायकराव, तुम्हाला आताच सांगितलं ना, त्या वेळी परिस्थिती बिकट होती. मी अनेक समस्यांनी ग्रस्त होतो. काय करावं, हे सुचतं नव्हतं. योग्य उदाहरण देऊन सांगायचं तर

शेक्सपिअरच्या 'हॅम्लेट' नाटकातील हॅम्लेटची द्विधा अवस्था झाली होती तशी माझी स्थिती झाली हो. मूळ नाटक लिहिताना शेक्सपिअर, हॅम्लेटच्या या अवस्थेला पोचला तेव्हा त्याच्या तोंडी कोणते उद्‌गार टाकावेत याचा विचार करत होता. मी पटकन उद्‌गारलो, 'टु बी ऑर नॉट टु बी.' जगावं की मरावं, अशी त्याच्या मनाची द्विधा अवस्था झाली असता तो जसा उद्विग्नपणे, 'टु बी ऑर नॉट टु बी' म्हणाला होता, अगदी तसेच, दि सेम उद्‌गार माझ्या तोंडून उत्स्फूर्तपणे बाहेर पडले, 'टु बी ऑर नॉट टु बी.' अशा प्रसंगी, 'टु बी ऑर नॉट टु बी' असे उद्‌गार काढले पाहिजेत, म्हणून तेच उद्‌गार मी मनात ठरवून 'उत्स्फूर्तपणे' काढले. मनात अगोदर ठरवून 'उत्स्फूर्त' उद्‌गार मी नेहमी काढत असतो.''

मी हॅम्लेट नाटकावर टीका मारून त्याच्या दुसऱ्या नाटकाकडे वळलो. त्या नाटकातला एकच संवाद मी पाठ करून ठेवला होता. भाव मारायला एवढं पुष्कळ आहे. 'मर्चंट ऑफ व्हेनिस' या नाटकातला छोटा संवाद पाठ करून ठेवला. ''बरं का विनायकराव, मी एकदा असाच एका चमत्कारिक अडचणीत सापडलो होतो. एका गृहस्थानं मला एक हजार रुपये दिले. असेच देऊन टाकले. वरती म्हणाला, 'एकही पैसा खर्च न करता, या हजार रुपयांचे वाटेल ते कर.' चमत्कारिक अट होती. 'खर्चही कर, परंतु हजार रुपये जसेच्या तसे ठेव.' मला शेक्सपिअरच्या 'मर्चंट ऑफ व्हेनिस' या नाटकातील एक प्रसंग आठवला. शायलॉक म्हणतो, 'रक्ताचा एक थेंबही न सांडता मला अँटोनियाचं मांस दे. - अँटोनिआज् फ्लेश विदाऊट ए सिंगल ड्रॉप ऑफ ब्लड.' श्यामराव दुसऱ्यांदा विद्वान झाले. 'मर्चन्ट ऑफ व्हेनिस'मधलं एवढं एकच वाक्य श्यामरावांनी पाठ करून ठेवल होतं.

श्यामरावांनी आणखी प्रसंग शेक्सपिअरच्या 'अँटनी अँड क्लिओपात्रा' शोकान्त नाटकातील प्रसंग पाठ करून ठेवला. मग स्वत:ची सांगड त्या प्रसंगाशी घातली. श्यामरावांनी एकदा गप्पा मारता-मारता गप्पांचं चाक हळूहळू या नाटकाकडे वळवलं. श्यामरावांना हे बरोबर जमतं. श्यामराव सांगत होते, ''देशभर सर्वत्र स्वातंत्र्य आंदोलनाचं होमकुंड पेटलं होतं. 'डू ऑर डाय' अशा जिद्दीनं आंदोलन चाललं होतं. मी मात्र आंदोलनाचे कर्तव्य आणि मालतीवरचे प्रेम अशा कात्रीत सापडलो होतो. त्या वेळी मला मी द्विधा मन:स्थितीत असूनही शेक्सपिअरचं 'अँटनी अँड क्लिओपात्रा' हे नाटक आठवलं. नाटक भव्य शोकान्त आहे. अँटनीचं प्रेम इजिप्तची राणी क्लिओपात्रा हिच्यावर बसलं होतं, परंतु सेनापती या नात्यानं अँटनीला कर्तव्यही पार पाडायचं होत. कर्तव्य आणि प्रेम यांतला हा झगडा होता.''

श्यामराव शेक्सपिअरला जणू काही मागंच कोळून प्याले होते, असं एखाद्याला वाटावं, असा त्यांचा शेक्सपिअरच्या सखोल अभ्यास आहे, असं

वाटावं, अशा ढंगात एकेका नाटकातलं एकेकच पाठ केलेलं वाक्य यूं कर के फेकत असतात. परवाच श्यामराव भेटले. या खेपेला श्यामरावांनी शेक्सपिअरच्या 'किंग लिअर' या प्रसिद्ध नाटकाला वेठीला धरलं. रीतीप्रमाणे एकच वाक्य तोंडपाठ.. बोलणं हळूहळू त्या वाक्याकडे सरकत-सरकत आणायचं, ही त्यांची नेहमीचीच रीत. काहीही खुट्ट झालं, की श्यामराव कोणत्याही महापुरुषाला वेठीला धरतात.

श्यामराव बोलायला लागले की, स्थळकाळाचा त्यांना विसर पडतो. आपण एका मोठ्या व्यक्तीचं एक वाक्य पाठ करून ठेवलं आहे, याचा ते कसाही उपयोग करतात. सध्या एकविसावं शतक सुरू आहे. श्यामराव राहतात महाराष्ट्रात. म्हणून काय झालं? बघता-बघता माझ्यादेखत श्यामराव ग्रीस देशात गेले. बरं, आता एवढ्यात गेले का? छे.. ते इसवी सनापूर्वी ४७० ते ३९९ या कालखंडात गेले. केवढी जोरदार मुसंडी मारली. श्यामरावांना त्याचं काहीच वाटत नाही. इसवी सनापूर्वी ५-६ हजार वर्षं सहज जाऊन ऋग्वेदकालीन ऋषींबरोबर ते चर्चा करू शकतात. हे तंत्र श्यामरावांना बरोबर जमतं. ऋग्वेदातलीसुद्धा एखादीच ऋचा पाठ असते. तेवढ्या आधारावर श्यामराव वेदशास्त्रसंपन्न होतात.

सॉक्रेटिसकडे प्रथम चला. श्यामराव ग्रीसची राजधानी अथेन्स या शहरात एक खोली भाड्यानं घेऊन राहिले होते. आजच्या काळाप्रमाणे तेव्हा खोल्या भाड्यानं मिळत होत्या का, हे श्यामरावांनाच माहीत! ते म्हणतात, राहत होतो. आपण, "होय का? अरे वा!" असं म्हटलं की त्यांना बरं वाटतं. मी श्यामरावांना विचारलं, "तुमची आणि सॉक्रेटिसची गाठभेट झाली का?" श्यामराव म्हणाले, "नुस्ती गाठभेट नाही; रोजच्या रोज तासन् तास चर्चा चालत असे. माझ्या लगेच लक्षात आलं, माणूस दिसायला ओबडधोबड असला तरी जीनिअस आहे."

मी विचारलं, "ओबडधोबड म्हणजे कसा?"

श्यामराव म्हणाले, "या अंगानं बघितलं की, तो ओबड दिसायचा आणि त्या अंगानं बघितलं की, धोबड दिसायचा. व्यवसाय म्हटलं तर दगडाचा पाटा वरवंटा, खलबत्ता करण्याचा. तरीही सर्व लोक त्याला अथेन्समधील सर्वांत अधिक शहाणा समजायचे. मी स्वत: कित्येकांच्या तोंडून हे ऐकलं आहे. एकदा काय झालं, मी हा असा बसलो होतो. या इथं माझ्या शेजारी सॉक्रेटिस मांडी घालून बसला होता. समोर या इथं प्लेटो बसला होता आणि त्याच्या शेजारी ॲरिस्टॉटल बसला. थोडं बाजूला तिथं केटो बसला होता. त्या वेळी मी सॉक्रेटिसला विचारलं, अथेन्समधील ओरॅकल्स म्हणजे विद्वान, प्रतिष्ठित वगैरे माणसंसुद्धा असं म्हणतात की, सॉक्रेटिस हा अथेन्समधील सर्वांत शहाणा आहे. हे कसं काय?

"तेव्हा सॉक्रेटिस म्हणाला, त्याचं काय आहे श्यामराव, आपल्याला काही

कळत नाही, हे कळत असलेला कदाचित मीच एकटा असेन, म्हणून ते मला सर्वाधिक शहाणा समजत असतील. म्हणजे, दि ओरॅकल चोजं मी अँज दि वाइजेस्ट अँथेनिअन, बिकॉज आय अॅम दि ओन्ली वन हू नोज दॅट, ही इजन्ट नो एनिथिंग.''

सॉक्रेटिसच्या संदर्भातलं एवढं एकमेव इंग्लिश वाक्य श्यामरावांनी तोंडपाठ करून ठेवलं होतं. या एका वाक्यासाठी इसवी सनापूर्वी ४०० वर्षं मागे ते ग्रीस देशात गेले. श्यामराव काहीही करू शकतात. सॉक्रेटिसला फाइलमध्ये फाइलबंद करून ते दुसरीकडे वळले.

श्यामरावांनी आणखी एक वचन पाठ करून ठेवलं होतं. ते वाक्य आधुनिक जर्मनीचा निर्माता बिस्मार्क याचं होतं. आता श्यामराव कालक्रमानुसार इ. स. १८१३ मध्ये जन्मलेल्या बिस्मार्कच्या जवळ जाऊन पोचले. बिस्मार्क तरुण होता, तेव्हा त्यानं आपल्या मित्राला पत्र लिहिलं होतं— श्यामराव सांगतात, ''यंग बिस्मार्क वॉज राइटिंग अँड आय हॅड बीन देअर.'' बिस्मार्कनं पत्रात लिहिलं होतं. (पाठ करून ठेवलेलं एकुलतं एक वाक्य) ...ही एक्सपेक्टेड टु बिकम आयदर दि बिगेस्ट स्काऊंड्रल ऑर दि फर्स्ट मॅन ऑफ प्रशिया. तुम्हाला सांगतो विनायकराव, मीही त्या वेळच्या बिस्मार्कच्याच वयाचा होतो. मलाही तसंच वाटायचं- 'टु बिकम आयदर बडा गुंडा ऑर प्रेसिडेंट ऑफ इंडिया!'' श्यामरावांच्या अंगात बडा गुंड व्हायची धमक नाही आणि राष्ट्रपती कसले डोंबलाचे होतात? केवळ बिस्मार्कचं एक वाक्य पाठ करून ठेवलं होतं, त्याचं प्रदर्शन करण्यासाठी हा सगळा खटाटोप आहे.

अशी कितीतरी वाक्यं—पाठ केलेली वाक्यं, बोलणे हळूहळू त्या वाक्यापाशी भिडवून, विद्वान माणसाच्या ढंगात रुबाबात फेकतात. श्यामरावांना पुन्हा सॉक्रेटिस भेटला. कसल्या तरी स्थानिक उत्सवाची मीटिंग होती. सगळे सदस्य मुद्द्याऐवजी वायफळ बडबडच फार करत होते. श्यामराव त्या वेळी सदस्यांना उद्देशून म्हणाले, ''फार पूर्वी सॉक्रेटिस एका मीटिंगमध्ये होता. अवांतर बडबडच एकसारखी सुरू होती. मीटींगचा विषयच जणू काही सगळे विसरले होते. तेव्हा सर्वांना उद्देशून सॉक्रेटिस म्हणाला, बिफोर वुई स्टार्ट टॉकिंग, लेट अस डिसाईड, व्हॉट वुई आर टॉकिंग अबाऊट. हे पाठ केलेलं वाक्य उच्चारून झाल्यावर श्यामरावांना कसं मोकळं-मोकळं वाटलं. ''श्यामरावांचा सॉक्रेटिसवरचा अभ्यास दांडगा आहे बरं का!'' असं कुणी तरी म्हटल्यावर तर त्यांना कसं विद्वान-विद्वान वाटलं.

सॉक्रेटिसच्या पाठोपाठ प्लेटो आलाच पाहिजे. तोंडपाठ करण्यासाठी प्लेटोचं एक वाक्य श्यामरावांनी कुठून तरी धुंडाळून काढलं. लगेच तोंडपाठ करून टाकलं. बोलण्याच्या ओघात आपलं बोलणं वळवत-वळवत प्लेटोच्या वाक्याच्या परिसरात

यायचं, असं श्यामरावांनी ठरवलं. ते बोलत-बोलत पाठ केलेल्या वाक्याच्या अंगणातच आले. "विनायकराव, आपल्याकडे एक म्हण आहे, 'कोल्हा काकडीला राजी', त्याप्रमाणे क्षुद्र माणसांना क्षुद्र वस्तू दिली तरी काहीच्या काहीच खूष होतात, त्यांच्या आनंदाची झेपच तेवढी असते. हे असं सगळीकडेच असतं. परंतु जी माणसं मोठी असतात, ज्यांच्या बुद्धीचा आवाका मोठा असतो; अशी माणसे क्षुद्र गोष्टींनी खूष होत नसतात. डुक्कर असतं ना, त्याला आरामात डुंबत असण्यापुरतं घाणेरडे पाणी असलं, की डुकराच्या चेहऱ्यावर आनंदाची स्मितरेषा उमटते. स्वर्गसुख, स्वर्गसुख म्हणतात ते हेच आहे. 'आनंदाचे डोही (प्रतिशब्द : घाण पाण्याचं डबकं) आनंद तरंग' असा ब्रह्मानंद डुकराला होतो. प्लेटो म्हणतो, (बरं का विनायकराव) प्लेटो हा बुद्धिमान, विचारवंत असा होता; सॉक्रेटिसचा शिष्य होता. मोठमोठ्या गोष्टींचं उत्तर सापडत नसलं म्हणजे सॉक्रेटिस असंतुष्ट असे. ते असंतुष्टपण एका महान विचारवंताचं असतं. क्षुद्र गोष्टीतील डुकराच्या संतुष्टपणापेक्षा सॉक्रेटिससारख्या थोर विचारवंताचे असंतुष्टपण प्लेटोला अधिक मोलाचं वाटतं. प्लेटोनं मला तसं बोलूनही दाखवतो. तो म्हणाला, आय् वुड प्रिफर टु बी डिससॅटिजफाइड सॉक्रेटिस रादर दॅन सॅटिज्फाइड पिग." श्यामराव खूष! तोंडपाठ करून ठेवलेलं वाक्य सार्थकी लागलं.

माझी आणि श्यामरावांची एकदा बाजारात गाठ पडली. 'कुणीकडे?' असं त्यांनी मला विचारल्यावर मी म्हणालो, "दोन टॉवेल घ्यायचे आहेत; स्वस्तातलेच घ्यायचे आहेत."

"स्वस्तातले कशासाठी?" श्यामरावांनी विचारलं.

"चार पैसे वाचतात म्हणून." मी म्हणालो.

श्यामरावांच्या तोंडावर एकदम प्रसन्नता दिसू लागली. तोंडपाठ करून ठेवलेलं एखादं सुभाषित स्वतःच्या नावावर खपवण्याची संधी बरी आहे, असं श्यामरावांना वाटलं. ते मला म्हणाले, "विनायकराव, तुमच्यासहित सगळ्यांचं हेच चुकतं. पैसे वाचवण्यासाठी स्वस्त वस्तू विकत घेणं म्हणजे कशासारखा मूर्खपणा आहे, माहीत आहे काय?"

"नाही. तुम्हीच सांगा."

"ऐका," श्यामराव सांगू लागले, "बायिंग चीप थिंग्ज टु सेव्ह मनी इज लाइक स्टॉपिंग दि क्लॉक टु सेव्ह मनी." श्यामरावांच्या तोंडपाटीलकीचं चीज झालं.

पुनः पुन्हा एकच एक तोंडपाठ! श्यामरावांचा आवडता उद्योग. प्रेयसी, प्रेम, प्रियकर, लग्न या विषयावर ते खुबीनं बोलत होते; कारण बोलत-बोलत तोंडपाठ असलेल्या एका वाक्याकडे जाऊन एका वाक्यात विद्वान होता येतं.

श्यामराव तोंडपाठच्या अगदी अंगणात आले. ते सांगत होते, "आधी प्रेम करायचं, मग प्रेमभंग व्हायचा, यापेक्षा आधी प्रेम करावं आणि पाठोपाठ लगेच लग्न व्हावं, हा राजमार्ग उत्तम." या तोंडपाठच्या पाठीवर थाप मारून श्यामरावांनी तोंडपाठचे कौतुक केलं.

श्यामरावांनी पोतंभर एक-एक वाक्यं पाठ करून ठेवली आहेत. बोलण्याच्या ओघात ते एकेक गंमत सोडून देतात. आपलं बोलणं ते खुबीनं सरकवत-सरकवत तोंडपाठ असलेल्या वाक्याशी आणून भिडवतात. अमुक अमुक असं म्हणतो, असं म्हणून पाठ केलेल्या वाक्याची पुडी सोडतात. केवळ इंग्लिशच नव्हे तर संस्कृत, हिंदी, मराठी या भाषासुद्धा श्यामरावांच्या घरी पाणी भरतात. सगळे संत — ते कसे सुटतील? अर्धा डझन ज्ञानेश्वर, अर्धा डझन तुकाराम, अर्धा डझन रामदास मुखोद्गत. या एकूण दीड डझन तोंडपाठ वाक्यांच्या जोरावर श्यामराव संतसाहित्याचे गाढे अभ्यासक ठरतात.

प्रथम संत ज्ञानेश्वर. सहा तोंडपाठांपैकी कोणती ओवी सांगून थक्क करायचं, हे श्यामराव अगोदरच मनात ठरवतात. लगेच त्यांच्या पद्धतीनं बोलणं सुरू. श्यामराव मला सांगू लागले, "बरं का विनायकराव, काही माणसे बदमाश असतात; काही चारशे वीस असतात; काही त्याच्या दुप्पट म्हणजे आठशे चोवीस असतात. काही पैसे-बुडवे असतात; काही चोर (वाङ्मयचोर यातच समाविष्ट) असतात. याच्या उलट काही माणसं संत-सज्जन असतात. कोणत्याही प्राणिमात्राचा द्वेष करत नाहीत. गीतेमध्ये श्रीकृष्णानं म्हटलेलंच आहे, अद्वेष्टा सर्वभूतानाम्!" बस्स! एवढंच तोंडपाठ. पुढची, 'मैत्र करुण एव च' अर्धी ओळसुद्धा माहीत नाही. करायचं काय त्या ओळीला? तोंडपाटीलकी करायला, 'अद्वेष्टा सर्वभूतानाम' संपूर्ण गीता तोंडपाठ असल्याचा भास निर्माण करायला पुरेसं आहे. श्यामरावांचं पांडित्य सुरू — "बरं का विनायकराव, आपले रावसाहेब नवलाखे आहेत ना, देवमाणूस आहेत. सर्वांवर सारखं प्रेम. हा चांगला, हा वाईट असा भेदभाव नाही. सज्जन, साधू, संत यांची लक्षणं सांगताना भगवंतानं सांगूनच ठेवलं आहे, "अद्वेष्टा सर्वभूतानाम्." यावर भाष्य करताना ज्ञानेश्वर माऊली म्हणतात, "नदीचं पाणी असं म्हणते का, गाईची तृषा हरू, व्याघ्रा विष मारू, ऐसे नेणेचि गा करू तोय जैसे." श्रीकृष्ण आणि ज्ञानेश्वर—टिक मारली.

आता तुकाराममहाराज. चार-दोन अभंगचरण तोंडपाठ केले. श्यामराव लगेच संतवाङ्मयाचे गाढे अभ्यासक झाले. श्यामरावांनी बोलायला सुरुवात केली- "विनायकराव, काही काही माणसांच्या विचारांची झेप विलक्षण असते. कुणाची स्वराज्यस्थापनेची झेप असते; कुणाची जागतिक पराक्रमाची झेप असते; कुणाची

झेप एव्हरेस्टपर्यंत असते. परंतु खरी जोरदार झेप होती संत तुकारामांची. तुकाराम-महाराज म्हणतात, 'अणुरेणु थोडका, तुका आकाशाएवढा' पाहा. केवढी मोठी उदात्त, भव्य कल्पना आहे! आपलं ब्रह्म असतं ना, ते अणुरेणूप्रमाणे सूक्ष्मातिसूक्ष्म असतं, त्याचप्रमाणे संपूर्ण आकाश व्यापून दशांगुळं उरण्याइतकं अतिप्रचंड असतं. तुकाराममहाराज अशा प्रकारच्या अत्युच्च अवस्थेला पोचले होते.''

श्यामराव अशा प्रकारे एक-एक चमचा विद्वान आहेत. 'ब्रूटस, यू टू' (ज्युलियस सीझर), 'ऑल ॲनिमल्स आर इक्वल बट सम आर मोअर इक्वल' (जॉर्ज आर्वेल-ॲनिमल फार्म)

''तुका म्हणे गर्भवासी, सुखे घालावे आम्हांसी''
''योग: चित्तवृत्तिनिरोध:'' (पातंजल योगशास्त्र)
''कृतक: स्वाभाविकश्च विनय:'' (कौटिलीय अर्थशास्त्र)
''आदानं हि विसर्गाय सतां वारिमुचामिव'' (रघुवंश)
''एकोहि दोषो गुणसंनिपाते, निमज्जतींदो:'' किरणोष्विवांक:
(कुमारसंभव)
''ओदकान्तं स्निग्धजना गन्तव्या:'' (शाकुंतल)
''दैवायत्तं कुले जन्म, मदायत्तु पौरुषम्'' (वेणीसंहार)
''जीवो ब्रह्मैव नापर:'' (शंकराचार्य)
''एको देव: सर्वभूतेषु'' (श्वेताश्वतर उपनिषद)
''यत्र नार्यस्तु पूज्यन्ते, रमन्ते तत्र देवता:'' (मनुस्मृती)
''न सा सभा यत्र, न सन्ति वृद्धा:'' (महाभारत)
''चातुर्वर्ण्यं मया सृष्टं गुणकर्म विभागश:'' (गीता)
''परोपकाराय पुण्याय, पापाय परपीडनम्'' (व्यास)
''जननी जन्मभूमिश्च स्वर्गादपि गरीयसी'' (रामायण)
''भस्मीभूतस्य देहस्य पुनरागमनम् कुत:'' (चार्वाक)
''अभ्यासे प्रगटावे, नाही तरी झाकोन असावे,
प्रगट होऊनि नासावे, हे बरे नव्हे'' (समर्थ)
''वैष्णवजन तो तेणे कहिये, जे पीड पराइ जाने रे'' (नरसी मेहता)
''शेख महंमद अविंध, त्याचे हृदयी गोविंद'' (शेख महंमद)

वगैरे, वगैरे, वगैरे, वगैरे, वगैरे. डझनावारी 'एकवाक्यी विद्वत्ता' श्यामरावांकडे आहे. तेवढ्या भांडवलावर श्यामराव जातील तिथं छान छाप पाडतात. श्यामराव एकंदरीत चमचा-चमचा विद्वान आहेत. असले विद्वान सर्वत्र '०ज्यते.'

★ ★ ★

३.
आमचा बाप

आमचा बाप तसा मुळात तद्दन ऑर्डिनरी होता. त्याचं कारण आमच्या घराण्यात कुणीही एक्स्ट्रा-ऑर्डिनरी नव्हता. ज्याला सामान्य पब्लिक म्हणतात, त्याच्यापेक्षाही खालच्या लाइनीतला होता. त्याला नावानं कुणीच हाक मारत नव्हतं. त्याला हाक मारायची झाली तर, 'भ'च्या बाराखडीतली एखादी शिवी जोरात हासडली, की तो 'ओ' द्यायचा आणि, 'आलो आलो', असं म्हणत यायचा. आमच्या बापाचं नाव भिक्या असं होतं. पण भिक्या हे नावही 'भ'च्या बाराखडीतलं असूनही, त्याला त्या नावानं हाक मारण्याची पद्धत नव्हती. एखाद्या नवख्या माणसानं त्याला चुकून 'भिक्या' अशा नावानं हाक मारली तर, बापाचं त्याकडे लक्षच जायचं नाही. असेल दुसरा कुणी तरी, असं त्याला वाटे. आपलं नाव भिक्या आहे, हे तो जवळ जवळ विसरलाच होता. हाक मारूनही भिक्या आला नाही, यामुळे त्या माणसानं जोरात 'ए भा... टिंब टिंब' अशी शिवी हासडली की, मग मात्र बापाला लगेच कळायचं की, नक्की आपल्यालाच कुणीतरी हाक मारतंय. मग तो आज्ञाधारकपणे त्या माणसाकडे तत्परतेनं जात असे. 'भ'काराद्य हाक मारली की ती प्रेमळ हाक आहे किंवा तो खरा आपला गौरव आहे, असा आमच्या बापाचा कायमचा समज झाला होता. याबाबतीत आमच्या बापाचं आणि कुणीतरी शेक्सपिअर नावाचा एका मोठा माणूस होऊन गेला होता, त्याचं एकमत होतं. नावात काय, असं तो म्हणत होता म्हणे. आमचा बापसुद्धा याच विचाराचा होता. भिक्या काय, भ... काय, भो...काय, भा...काय—सगळं सारखंच. शेवटी माणूस तोच.

तर आमचा बाप एकदम ऑर्डिनरी होता. दारिद्र्यरेषेसारखी एखादी ऑर्डिनरींची रेषा असती, तर आमचा बाप त्या रेषेच्या खाली पार तळागाळाला जाऊन पोचला असता. त्याच्यावरच्या ऑर्डिनरींना

'ऑर्डिनरी रेषे'च्या वर येण्याचं प्रमोशन मिळाल्यावर सर्वांत शेवटी माझ्या बापाचा नंबर लागला असता. थर्मामीटरमध्ये सगळ्यात खाली शून्य डिग्री सेल्सिअस असतं. तसंच आमचा बाप शून्य डिग्रीइतका लास्ट नंबरात खाली होता. परमेश्वरानं आमच्या बापाला असं एकदम एक्स्प्रेस आणि जंक्शन ऑर्डिनरी का घडवलं असावं, हे आम्हा लेकरांना माहीत नाही. बरं, परमेश्वराचं आणि त्याचं मागल्या जन्माचं काही वैर असावं आणि म्हणून सूडबुद्धीनं परमेश्वरानं त्याला सॉलिडपैकी ऑर्डिनरी बनवलं असावं, असं म्हणावं; तर तेही मनाला पटत नाही. कारण आमचा बाप इतका नेभळट होता, की तो आईपुढं उभा राहतानासुद्धा कधी चळाचळा कापायचा, तर कधी थरथर कापायचा. चळाचळा कधी कापायचं आणि थरथर कधी कापायचं, याचं टाइमटेबलच आमच्या बापानं कधी तयार केलं नव्हतं. फार घाबरला तर चळाचळा आणि थरथर यांचं मिक्श्चर करून डबल घाबरायचा. असला आमचा बाप! परमेश्वराशी मागल्या जन्मीसुद्धा वैर करण्याची काय टाप लागली होती! तरीही परमेश्वरानं त्याला ऑर्डिनरी केलं होतं. कदाचित परमेश्वरानं आमचा बाप त्याच्या फॅक्टरीत तयार करताना असा विचार केला असेल की, प्राचीन काळात सर्वांत आदर्श माणूस म्हणून मर्यादापुरुषोत्तम श्रीराम याला जन्माला घातलं होतं; पण सर्वांत भुक्कड, ऑर्डिनरी माणूस कसा असावा याचा सॅम्पल तयार करण्याचं परमेश्वर त्याच्या अनेक कामांमुळे विसरला असेल. पुढं हल्लीहल्ली ही गोष्ट परमेश्वराच्या लक्षात आल्यावर त्यानं विसरून जाण्यापूर्वी हातासरशी आमच्या बापाला घडवून आमच्या आजोबाच्या पोटी जन्माला घातलं असावं. सर्वश्रेष्ठ ऑर्डिनरी माणूस म्हणून मात्र आमच्या बापाचं स्थान अढळ आणि एकमेवाद्वितीय आहे. यापुढं इतका ऑर्डिनरी माणूस जन्मास येणे नसे — इति सीमा!

असा आमचा बाप. तरीही आम्ही पाच भाऊ जन्माला आलो, याचंही आम्हांला आश्चर्य वाटतं. खरं म्हणजे, बाप ही संज्ञा प्राप्त व्हायला सर्वांत थोरला असा मी जन्माला आलो, तेवढं पुरे होतं की! पाच जणांना जन्म देऊन आम्हाला पांडव आणि स्वत: पंडू व्हायचा त्याचा विचार असेल काय? पण तसं नसावं. कारण आमच्या बापाला, त्याच्या बापाच्या बापाचं नावसुद्धा माहीत नाही; मग महाभारतातल्या पंडूशी तो कसली कॉंपिटिशन करणार? मला वाटतं, हे सगळं त्याच्या बायकोच्या वटहुकमावरून झालं असावं. तिनं 'स्टॉप' म्हटल्यावर स्टॉप झालं असावं.

यावरून आमचा बाप हे काय व्यक्तिमत्त्व होतं, हे लक्षात येईल. हल्ली माणूस जरा निराळा झाला, की त्याला नुस्ताच माणूस न म्हणता 'व्यक्तिमत्त्व' असं म्हणायची पद्धत म्हणा, फॅशन म्हणा; पडली आहे. मग कुणी वेगळं व्यक्तिमत्त्व

असतं, कुणी लाडकं व्यक्तिमत्त्व (प्रादेशिकतेसह) असतं, कुणी उदात्त व्यक्तिमत्त्व असतं, कुणी लोकोत्तर व्यक्तिमत्त्व असतं. (लोकांच्या प्रश्नांना उत्तरं देणारा तो लोकोत्तर असा चुकीचा अर्थ घेतला तरी चालेल. कारण या अर्थी असलेला जीनिअस हा शब्द कुणासाठीही वापरून त्याचं पार भुस्कट पाडलं आहे. इंग्लिश वाङ्मयावर डल्ले मारून थोर साहित्यिक होणारे साहित्यिकही हल्ली जीनिअस या विशेषणानंच ओळखले जातात.) असो.

अशा आमच्या भिक्यानामक बापाचे आम्ही पाच पुत्र आहोत. आम्ही मात्र बापाचं नाव भिक्या असंच लावतो. हाक मारायचं विशेषण लावत नाही— केवळ सोय म्हणून. मी सर्वांत मोठा. माझं नाव धोंडू. नंबर दोन पांडू, नंबर तीन खंडू, नंबर चार बंडू आणि नंबर पाच चेंडू. 'डू' या अक्षरानं शेवट होणारं नाव मिळालं नाही, म्हणून आयत्या वेळी चेंडू हेच नाव ठेवलं. हे नाव चांगलं रुळल्यावर 'झेंडू' हे नाव कुणाला तरी सुचलं होतं. पण ते नाव राखीव म्हणून असू द्या, असं ठरलं. पण पुढं हेही नाव वापरण्याचा योग आला नाही. नाही तर, 'वाहवा वाहवा झेंडू हा सुंदर किती तरी खचित अहा' हे गाणं चेंडूऐवजी झेंडूला उद्देशून म्हटलं असतं.

आम्ही पाचही भाऊ शुक्ल पक्षातील चंद्राप्रमाणे वाढत होतो. फरक एवढाच की, चंद्र कलेकलेनं वाढतो आणि आम्ही पाचही जण किलोकिलोनं वाढू लागलो. आम्ही बिन-फीच्या शाळेत शिकत होतो. त्या शाळेमध्ये एक चांगली सोय होती. शाळेच्या परीक्षेचा निकाल कागदोपत्री शंभर टक्के दाखविण्यासाठी सर्व विद्यार्थ्यांना चौथीपर्यंत सरसकट पास करत असत. सरकत्या जिन्यावर पायऱ्या न चढता आपोआप वर जाता येतं, तितक्याच सहज आम्ही पाचही भावंड परीक्षेतून आपोआप सरकत-सरकत चौथीपर्यंत जाऊन पोचलो. पुढं मात्र आम्ही पाचही भावंड त्या-त्या वर्षी चौथीच्या परीक्षेत अडकत राहिलो. याचं कारण चौथीची परीक्षा बोर्डाची होती. त्यामुळे पास की नापास, या दोन पर्यायांपैकी नापास हा पर्यायच आम्हाला स्वीकारणं भागच होतं. त्यामुळे हिंदुस्थानच्या 'साक्षर' निरक्षरांत आणखी पाचांची भर पडली. चौथी नापास म्हणजे 'साक्षर-निरक्षर'च की. त्या बालवयातही चौथी नापास झाल्यावर त्या- त्या वर्षी आमच्या लक्षात आलं की, शिक्षण ही काही आपल्या घराण्याची चाल नाही. घराण्याच्या पूर्वापार चालत आलेल्या चाली-रीती कशाला मोडायच्या म्हणून शिकण्याची चूक सुधारण्यासाठी, आम्ही पाचही भांवडे ज्या-ज्या वर्षी चौथीच्या परीक्षेत नापास झालो, तेव्हा लगेच शाळेला रामराम ठोकला. न शिकणं हा आमच्या घराण्याचा धर्म होता. पण थोडं शिकण्याचं पाप करून आम्ही अधर्माचरण केलं होतं. पश्चात्ताप व्यक्त केला की पापाचं क्षालन होतं, असं कुणी तरी सांगितल्यावरून आम्ही पश्चात्ताप व्यक्त केला आणि अधर्माचरणाच्या

पापातून मुक्त झालो. त्यामुळे आम्ही कामचलाऊ का होईना, पुण्यवान झालो.

आम्ही चौथीनंतर गावात भटकण्यात काही वर्षं काढली. काम ना धंदा. दुसरा उद्योग काय? पण असं गटाळ्या घालत रिकामटेकडं हिंडणं बरं नव्हे, म्हणून आम्ही या बेकार भटकण्याला 'समाजजीवनाचा जवळून अभ्यास' असं व्यासंगपूर्ण नाव दिलं. हा 'समाजजीवनाचा व्यासंगपूर्ण अभ्यास' आम्ही जवळजवळ दहा वर्षं केला. त्यामुळे आम्हाला समाजजीवनाची नाडी वगैरे म्हणतात ना, ती सापडली. आता आपण प्रत्यक्ष काहीतरी करायला लागलं पाहिजे, असं आम्हाला वाटू लागलं. क्रमाक्रमानं आम्हा पाचही भावंडांना मिशा येऊ लागल्या. बघता-बघता मतं द्यायला लायक झालो. लोकशाहीत म्हणजे सध्याच्या लोकशाहीत एक गोष्ट छान आहे. प्रत्येकाला मिशा आणि मत एकदमच प्राप्त होतं. आम्ही पाचही भावंडांनी, ज्यांनी सर्वांत जास्त पैसे दिले, त्याला 'गुप्त' मतदान पद्धतीनं मतं दिली. तो उमेदवार निवडून आला. चक्क लोकप्रतिनिधी झाला. गोपनीयतेची शपथ घेताना ती शपथ दुसऱ्यानं वाचून दाखवल्यावर तो बोलत होता, हे पाहिल्यावर आम्ही पाचही भावंडे हळहळलो आणि मनाशी म्हणालो, 'च्यायला! शाळेत उगीच चार वर्षं वाया घालवली. लोकप्रतिनिधी व्हायला काहीही नाही शिकलं तरी चालतं, हे फार उशिरा कळलं. उलट, फार शिकणं हे लोकप्रतिनिधी होण्यासाठी डिस्क्वालिफिकेशन समजतात, असं आम्हाला कुणी तरी सांगितलं. तेव्हा आम्ही त्यातल्या त्यात एक सुटकेचा नि:श्वास, नंतर विसरायला नको म्हणून चटकन टाकला. कारण आमचं शिक्षण अगदीच मामुली म्हणजे चौथी नापासपर्यंत झालं होतं. त्यामुळे आम्हालाही सध्याच्या लोकशाहीत लोकप्रतिनिधित्व करायला भरपूर वाव होता. चौथी नापासापर्यंतचं शिक्षण निवडणुकीचं तिकीट मिळताना आड येऊ देऊ नये, असा संकेत आहे. त्याचा फायदा घ्यायचा, असं आम्ही ठरवलं.

मी सर्वांत मोठा. मला त्यातल्या त्यात मोठ्या निवडणुकीचं तिकीट मिळालं. त्यापूर्वीची एक महत्त्वाची गोष्ट म्हणजे, आम्ही पाचही भावांनी पाच वर्षं सॉलिड 'सोशल वर्क' केलं होतं. आम्ही पाचही जण सोशल वर्कर म्हणून साऱ्या गावाला माहीत होतो. गाव उघडं ठेवायचं की बंद करायचं, दुकानं बंद किती काळ आणि कधी ठेवायला लावायची, मोर्चे कशाकशासाठी काढायचे, धरण आंदोलन कुठं करायची, कोणकोणत्या कारणांनी वर्गण्या गोळा करायच्या, श्रीमंतांकडून किती खंडण्या गोळा करायच्या, हप्ते कुणाकडून घ्यायचे वगैरे वगैरे नाना प्रकारचं सोशल वर्क आम्ही केलं होतं. आमचं हे सोशल वर्क निरनिराळ्या श्रेष्ठींच्याही लक्षात आलं होतं. म्हणून तर आम्हाला निवडणुकीची तिकीटं भराभर मिळत गेली. निवडणुकीसाठी आणि पक्षासाठी मोठमोठे निधी जमा करायला असलेल्या सोशल वर्कर्सची आवश्यकता

असते. पक्षाच्या दृष्टीनं 'विधायक' स्वरूपाचं आमचं कार्य पाहून आम्हाला निवडणुकीची तिकिटं मिळाली होती. याशिवाय इतरांची मतं आपल्याच पक्षाला मिळावीत, या टेक्नॉलाजीचा अभ्यासक्रमही आम्ही पूर्ण केला होता. त्यामुळे आम्ही पाचही भावंडं लोकप्रतिनिधी व्हायला फिट होतो.

झालंही तसंच. आम्ही राज्यातील निरनिराळ्या पातळींवरचे लोकप्रतिनिधी म्हणून निवडून आलो. 'जनतेनं आम्हा पाचही भावांवर विश्वास प्रकट केला याबद्दल आम्ही पाचही भाऊ जनतेचे, विशेषत: मतदारांचे, अत्यंत आभारी आहोत. आता पुढील पाच वर्षं आम्ही पाचही भावंडं घरचं जेवणखाण विसरून जनतेची सेवाच सेवा, सेवाच सेवा करत राहणार आहोत. यापुढं जनतेची सेवा केल्याशिवाय आम्हाला अन्न गोड लागणार नाही की, रात्री समाधानानं झोप लागणार नाही. जनतेनं आम्हा पाचही भावंडांना फार म्हणजे फार लळा लावला आहे. जनतेला कोटी कोटी प्रणाम!'' अशा आशयाची पत्रकं काढून सगळीकडे वाटली.

लोकप्रतिनिधी होऊन जनतेसाठी 'त्याग' आणि जनतेची 'सेवा' करू लागल्यावर आम्हा पाचही भावंडांचं उत्तम चाललं आहे. प्रत्येक भावाकडे पंचवीस-पंचवीस एकर बागायत शेती आहे. प्रत्येक भावाचा प्रशस्त बंगला आहे. सोनं-नाणं भरपूर आहे. गॅसची एजन्सी, पेट्रोलपंप, फाइव्ह स्टार हॉटेलं, पंचवीस खासगी बसेसचा ताफा आणि पंचवीस ट्रक्सचा तांडा—एवढ्या नगदी पैसे देणाऱ्या म्हणजेच दररोज सोन्याची भरपूर अंडी देणाऱ्या गोष्टी आम्हा पाच भावंडांकडे आहेत. बंगल्यात उंची फर्निचर आहे. आम्ही सध्या भरपूर श्रीमंत आहोत. त्यामुळे आमची मुलंही सध्या भरपूर भानगडींचे धडे घेत आहेत. थोडा काळ गेल्यावर ही मुलंही निरनिराळे 'घोटाळे' करू शकतील, असा विश्वास वाटतो. लोकप्रतिनिधींच्या मुलांनी घोटाळे, स्कॅम, उचापती, भानगडी वगैरे गोष्टी केल्या पाहिजेत.

आम्ही पाच भावंडं जेव्हा लहान होतो आणि भिक्या नावाच्या बापाची मुलं म्हणून ओळखले जात होतो; तेव्हा आमचा उल्लेख धोंड्या, पांड्या, बंड्या, चेंड्या असा केला जात असे. परंतु आम्हाला प्रतिष्ठा प्राप्त झाल्यावर, आम्ही सर्व जण माननीय धोंडिरामपंत, माननीय पांडुरंगअण्णा, माननीय खंडोजीराव, माननीय बंडोजीभाऊ, माननीय चेंडूजीदादा अशा आदरणीय नावांची ओळखले जाऊ लागलो. आम्हा प्रत्येक भावाभोवती गोंडा घोळत राहाणारे अर्धा डझन चमचेही आम्हाला लाभले. हे सर्व तीस चमचे आमची चमचेगिरी उत्कृष्टपणे करत असतात. त्या सर्वांना आम्ही निरनिराळी दुकानं काढून दिली आहेत. त्यांचंही बरं चाललं आहे. चमचेगिरीचं बक्षीस दिलंच पाहिजे.

आता आमच्या बापाकडे वळू या. सुरुवातीला मी माझा बाप असा होता,

माझा बाप तसा होता, अशी भूतकाळी क्रियापदं वापरली होती. त्यामुळे असं वाटेल की ते मागंच कधीतरी स्वर्गीय झाले असावेत. पण तसं काही नाही. इतर मोठी माणसं असतात ना — साहित्यिक वगैरे— त्यांचं मातृछत्र, ते एक-दोन वर्षांचे असताना हरपतं आणि ते तीन-चार वर्षांचे असताना पितृछत्र हरपतं. असली दोन छत्रं लहानपणी हरपल्याशिवाय त्यांच्या आत्मचरित्रात रंगच भरत नाही. म्हणून त्यांची ही दोन्ही 'छत्रे' समंजसपणा दाखवून लेकरू लहान असतानाच एकापाठोपाठ एक हरपतात. आमचं तसं नाही. त्या लोकांचं मोठेपण निराळं, आमचं मोठेपण निराळं. आमच्या दोन्ही उत्कृष्टपणे 'छत्र्या' अजून मजबूत आहेत. एकही काडी तुटली नाही. वय मात्र झालं आहे. होणारच. बोलून-चालून वयच ते. ते होत राहणारच. भूतकाळी क्रियापदं एवढ्यासाठी वापरली की, आमच्या बापाची भूतकाळातली परिस्थिती कशी होती, हे कळावं.

आमच्या लहानपणी सगळ्यांचीच फार आबाळ व्हायची. आभाळच फाटलेलं असल्यामुळे आबाळ होणारच. गरिबी एवढी होती, की हातभट्टीची नवटाक दारू घेणंही माझ्या बापाला परवडत नसे. त्यामुळे दारूबंदीचा कसलाही प्रचार न करता निर्व्यसनी राहणंच भाग पडलं होतं. परंतु आमच्या बापाला आता चांगले दिवस आमच्यामुळे आले आहेत. आमचा बाप आता भिक्या किंवा 'भ'च्या बाराखडीतल्या शिव्यांचा फालतू माणूस राहिला नाही. आमचा बाप आता आदरणीय भिकाजीपंत झाला आहे. सगळं पब्लिक त्यांना आदरानं बाबासाहेब म्हणतं. आमच्या बापाचा हल्लीचा रुबाब एकदम कडक आहे. गडगंज श्रीमंत असे काही बाप हिंदी सिनेमात असतात. रात्री किंवा सकाळी चहा घ्यायच्या वेळी त्या बापांच्या अंगात भारीपैकी पायघोळ गाऊन असतो. कमरेला गोंडा असलेला रेशमी दोरानं बांधलेला असतो. आमचा बापसुद्धा आता तसलाच गाऊन घालून मॉर्निंग टी, ब्रेकफास्ट वगैरे घेत असतो. टी, ब्रेडबटर, टोस्ट, बिस्किटं, सँडविच असले पदार्थ ब्रेकफास्टला असतात. आमच्या लहानपणी आम्हा सगळ्यांनाच शिळ्या भाकरीचे तुकडे मोडावे लागायचे.

आमच्या बापाला लहानपणी बिडी ओढणंसुद्धा परवडत नसे. कुणी तरी जळती बिडी फेकून दिली तर ते थोटूक ओठात धरून दोन झुरके घेत असे. पण आमचा बाप आता भिक्या राहिला नसून माननीय भिकाजीपंत, आदरणीय बाबासाहेब झाल्यापासून इंपोर्टेड सिगारेटी ओढत असतो. हातभट्टीचीही न मिळणारा आमचा बाप हल्ली सोफा सेटवर रेलून बसून इंपोर्टेड व्हिस्कीचे घुटके मोठ्या स्टायलीत घेत असतो. मधेच सिगरेट ओढतो, मधेच खारे काजू खातो. बापाच्या बाबतीत आणखी एक वैभवशाली गोष्टीची भर पडली आहे. त्याला डायबेटिस झाला आहे.

आता वैभव, श्रीमंती कशी खुलून दिसते! बाबासाहेबांना डायबेटिस झाला आहे, त्यांचं पथ्यपाणी नीट सांभाळावं लागतं, हे लोकांना सांगताना आम्हालाही समाधान वाटतं. डायबेटिसही स्वत: होऊन आमच्या बापाकडे मुक्कामाला आला याबद्दल डायबेटिसचेही आभार मानले पाहिजेत.

'भ'काराद्य शिव्यांचा धनी असलेला आमचा बाप भिक्या आज आदरणीय भिकाजीपंत झाला आहे. आता तो बाबासाहेब झाला आहे. आम्ही पाच भावांनी खूप 'सोशल वर्क' केलं, पुढं आम्ही लोकप्रतिनिधी होऊन देशासाठी 'त्याग' आणि जनतेसाठी 'सेवा' असं करू लागल्यावर त्या त्यागाचं आणि सेवेचं फळ म्हणून अमाप संपत्ती मिळू लागली. त्याग आणि सेवा यांचा महिमाच तसा अगाध आहे. ज्यांनी ज्यांनी 'त्याग' आणि 'सेवा' यांचं व्रत घेतलं आहे, ते सर्व लोकप्रतिनिधी आमच्याप्रमाणेच सुखात आहेत.

आमच्या बापाबद्दल आता सांगायचं म्हणजे आमचा बाप नशीबवान आहे.

(टीप : माननीय धोंडोपंतअण्णा यांनी जे काही आतापर्यंत कथन केलं आहे, ते सगळं त्यांच्या उत्स्फूर्त अशा 'आयला-च्यायलाप्रचुर' भाषेत केलं होतं. भाषा अर्थातच त्यांना साजेशीच होती. त्या तसल्या भाषेत लिहिलं असतं तर, शिवीगाळ वगळून फारच थोडे शब्द हाताशी लागले असते. म्हणून त्यासाठी हल्ली एक चांगली सोय झाली आहे; चांगला शोध लागला आहे. त्या शोधाचं नाव 'शब्दांकन' असं आहे. कुणीही, कसल्याही भाषेत, काहीही बोलू द्या; शब्दांकनाच्या द्वारा त्या बोलण्याला सुसंस्कृत रूप देता येतं. शब्दांकन केलेलं लेखन वाचताना मनाला आणि कानांना खटकत नाही. म्हणून धोंडोपंतअण्णांचं सगळं निवेदन शब्दांकन करून सादर केलं आहे.)

★ ★ ★

४.

स्वप्नकथन विशेषांक

श्याम काटेकर माझा मित्र आहे. आर्थिक स्थिती चांगली आहे. पदवीधर आहे. वाडवडिलांनी बरंच मिळवून ठेवलं आहे. त्यामुळं श्याम काटेकराचं छान चाललं आहे. एक चांगली गोष्ट म्हणजे, तो निर्व्यसनी आहे. नोकरी वगैरे काही करत नाही. खरंतर नोकरी करण्याचं कारणही नाही. श्यामला मोकळा वेळ भरपूर आहे. त्याला साहित्याची आवड आहे. म्हणून त्यानं एक दिवाळी अंक काढायचं ठरवलं. एक विशेष स्पर्धा त्यानं जाहीर केली. 'आपल्याला पडलेलं स्वप्न जसंच्या तसं किंवा साहित्यिक शैलीत लिहून पाठवा', अशी ही स्पर्धा होती. कल्पना अभिनव होती. म्हणून अनेक लेखनेच्छू तरुण दररोज रात्री आपल्याला एखादं झकास स्वप्न पडावं, अशा अपेक्षेनं झोपत असत. स्वप्नं काय अशी ठरवून थोडीच पडतात? उलट अनपेक्षित, भलतीच स्वप्नं पडतात आणि असली स्वप्नं झोपेचंही खोबरं करतात.

असं असलं तरी बऱ्याच तरुणांनी आपल्याला पडलेली लहान-लहान स्वप्नंही संपादक श्याम काटेकर याच्याकडे पाठवली. काही जणांना प्रदीर्घ स्वप्नं पडली. काहींना फँटॅस्टिक स्वप्ने पडली. बोलून-चालून स्वप्नंच ती! नेमकी कसली पडणार, हे आधी ठरवून थोडंच सांगता येतं? श्यामकडे खूप स्वप्नं जमा झाली. दिवाळी अंक फक्त स्वप्नांनीच भरून जाईल की काय, असं वाटू लागलं. ही सगळी स्वप्नं पाहून, म्हणजे लिहून आलेली स्वप्नं पाहून, श्याम काटेकर आश्चर्यचकितच झाला. स्वप्न विशेषांकच काढावा, इतकी स्वप्नं आली होती. हा असला स्वप्न विशेषांक कोण घेणार, अशी शंका त्याला उगीचच आली. अंक कुणी विकतच घेतला नाही, तर पाच-पन्नास हजार रुपयांना फटका बसणार, असंही त्याला वाटलं. म्हणून त्यानं दिवाळी अंक काढण्याचा बेतच रद्द केला. सगळी स्वप्नं त्याच्या कपाटात पडून होती.

इतकी पडून होती की, पडल्या जागीच त्या स्वप्नांना झोप लागली असती आणि त्या झोपेत स्वप्नांनाच आपण एखाद्या दिवाळी अंकात छापून येऊ, असं स्वप्न सर्व स्वप्नांना पडलं असावं बिचारे ते स्वप्नं पाठवणारे स्वप्नाळू तरुण त्यांना काय वाटलं असेल? आपलं स्वप्न छापून येणार, हे त्यांचं सुखस्वप्न तसंच हवेत विरून गेलं.

श्याम काटेकरानं ती सगळी स्वप्नं एके दिवशी मला देऊन टाकली. तो म्हणाला, "या स्वप्नांचं तू काय वाटेल ते कर." स्वप्नांचा गठ्ठा घेऊन मी घरी आलो. सर्व लहान-मोठी स्वप्नं मी वाचून काढली. त्यांतली काही निवडक लहान-मोठी स्वप्नं मी इथे देत आहे. हा दिवाळी अंक त्यापैकी कुणाला मिळाला, तर ती मंडळी ही स्वप्नं वाचतील आणि त्यांना आपलं स्वप्न साकार झाल्याचा आनंद वाटेल.

हे स्वप्न बंडू बेणारे नावाच्या तरुणाला पडलं आहे. स्वप्नलेखनाच्या प्रारंभी बंडू बेणारे म्हणतो, 'मला हे स्वप्न पहाटे-पहाटे पडलं आहे. त्यामुळे हे स्वप्न खरं ठरण्याची दाट शक्यता आहे. मला मी पहाटे साखरझोपेत असताना पडलेलं स्वप्न असं आहे...' असं प्रास्ताविक करून बंडू बेणारे यानं स्वप्न लिहिलं, ते असं आहे —

मला पहाटे स्वप्न पडलं. दारावर कुणीतरी टक् टक् केलं. मला वाटलं... वाटलं म्हणजे काय, स्वप्नात वाटलं की, दूधवाला आला आहे. म्हणून स्वप्नात असतानाच दुधाचं भांडं हातात घेऊन डोळे चोळत मी दार उघडलं. पेंगुळलेल्या अवस्थेतच मी दूधवाल्या भय्याला म्हणालो, "भय्याजी, आज पाव लिटर दूध जादा मंगता है। हमारे घरमें पाहुणे आनेवाले है। दररोज का पाऊण लिटर और जादा पाव लिटर मिलके एक लिटर दूध देव."

"ज्यादा दूध है किधर? म्हैसने लाथ मारा और सबका सब दूध सांड गया." माझ्या कानांवर हे शब्द पडले. तेव्हा मात्र मी खडखडीत जागा झालो. दोन्ही कान गदागदा हलवले. आपण झोपेत तर नाही ना, असा प्रश्न मी स्वप्नातल्या मनाला विचारला. याचं कारण असं की, दूधवाला भय्या माझ्या दोन्ही कानांना संयुक्तरीत्या गोड गुदगुल्या करण्याइतपत मंजुळ, मधुर आवाजात कसं काय बोलू लागला, याचं मला आश्चर्य वाटत होतं. म्हणून मी त्याच्याकडे पाहिलं. तिथं भय्या नव्हता, दूध नव्हतं आणि दुधाचं भांडंही नव्हतं. तर, माझ्या दारात चक्क माधुरी दीक्षित होती. मी आश्चर्यचकित झालो. माधुरी दीक्षित म्हणजे 'नंबर वन'वर असलेली स्टार. ती स्वत: होऊन माझ्या स्वप्नात आली, हे पाहून मी स्वप्नात तर नाही ना, अशी मला शंका आली. म्हणून मी स्वप्नातल्या जाग्या असलेल्या मला चिमटा काढून बघितलं. चिमटा स्वप्नातल्या मला जाणवला. म्हणजे स्वप्नात मी स्वप्नात

नसून जागा होतो, याची खात्री पटली. एवढी मोठी माधुरी दीक्षित सगळ्यांना सोडून माझ्याकडे का बरं आली असावी, अशी गोड शंका मला आली.

"तू माधुरी दीक्षितच नक्की आहेस ना?" मी खात्री करून घेण्यासाठी विचारलं.

"होय! मी दीक्षितांची माधुरीच आहे. मी तुलाच भेटायला मुद्दाम आले आहे. जागेपणी भेटायला आले, तर पब्लिकची गर्दी आवरणं कठीण होईल, म्हणून मी तुझ्या स्वप्नातच येऊन तुला भेटायचं, असं मी ठरवलं. स्वप्नात पब्लिकचा त्रास अजिबात नसतो. तू आणि मी! मी आणि तू! बस्स! तिसरं कुणीसुद्धा नसतं. निवांतपणे बोलता तरी येईल."

"खरं आहे." मी म्हणालो, "बरं माधुरी, मला तू एक सांग, तुझे हजारो चाहते सोडून, मला भेटण्यासाठी माझ्याच स्वप्नात का आलीस?"

"त्याचं काय आहे बंडू, एन. चंद्राच्या 'तेजाब' सिनेमात तशी पुढं आले. त्या वेळी तू 'तेजाब' बघायला आला होतास. तू खूप मागच्या रांगेत बसला होतास. तरीही माझी नजर पडद्यावरून तुझ्याकडे गेलीच. त्याच क्षणी तू मला आवडलास. तू पडद्यापासून खूप लांब बसला होतास, म्हणून इतरांची नजर चुकवून तुला हळूच शुक शुक असंही करता येईना. माझी फार पंचाईत झाली. हळूच, हातानं ये-ये अशी खूणही केली. पण त्या वेळी तू समोरच्या रांगेतल्या नवरा-बायकोचं किंवा स्त्री-पुरुषाचं प्रेम बघण्यात दंग झाला होतास. त्या वेळी तुझं माझ्याकडेही लक्ष नव्हतं."

"त्या, 'तेजाब' सिनेमाच्या वेळी ना?" मी म्हणालो, "त्याचं काय आहे माधुरी, त्या जोडप्यातली स्त्री होती ना, ती आमच्याच चाळीतल्या पंधरा नंबरमध्ये राहणाऱ्या चितळ्यांची गोदी होती. ती कुणाबरोबर तरी चोरून सिनेमा पाहायला आली होती. म्हणून माझं लक्ष पडद्यावरच्या तुझ्याकडे गेलं नाही."

"पुन्हा तुला खूण करून पाहता आलं नाही. कारण मी खूण करणार एवढ्यात पडद्यावरचा माझा सीन संपला." माधुरी दीक्षित म्हणाली.

"आयला!" मी आश्चर्याने म्हणालो, "म्हणजे 'तेजाब' सिनेमाच्या वेळेपासून तू मला ओळखतेस?"

"तर काय! पण एका माणसाचं लक्ष असेल तर ना?" माधुरी म्हणाली.

मला उद्देशून माधुरी 'एका माणसाचं' असं म्हणाली, तेव्हा स्वप्नातल्या माझ्या मनाला मोरपिसानं गुदगुल्या केल्यासारखं वाटलं.

माधुरी मला म्हणाली, "माझा 'आसू बने अंगारे' हा सिनेमा बघायला तू आला होतास. त्या वेळी मी जितेंद्रबरोबर काम करत असताना जितेंद्रची नजर

चुकवून मी तुझ्याकडे पाहून हळूच हसले होते. पण तुझ्या पुढच्या रांगेत! तुझ्यापुढे बसलेल्या एका ठोंब्याला वाटलं, मी त्याच्याकडेच बघून हसले! त्या म्याडनंही लगेच माझ्याकडे बघून हास्य केलं. येडं कुठलं!''

माझीपण कमालच! त्या वेळीही माझं तिच्याकडे लक्ष नव्हतं. साहजिकच आहे. थिएटरमध्ये हाऊसफुल्ल गर्दी असताना शेकडो प्रेक्षकांतून माधुरी दीक्षित नेमकी फक्त माझ्याकडेच बघून कशी काय हसेल? म्हणून माझं तिच्या हसण्याकडे लक्ष गेलं नव्हतं. माधुरीनं आता सांगितलं, तेव्हा कळलं.

''तू एकदा 'परिंदा' सिनेमा बघायला आला होतास. परिंदामध्ये माझ्याबरोबर जॅकी श्रॉफ होता. त्या वेळीही मी तुला हातानं खूण केली होती. पण त्या वेळी तू शेजारच्या दोन खुर्च्यांवरचा 'सिनेमा' पाहत होतास. मलाही पडद्यावर जॅकी श्रॉफबरोबर काम करायचं होतं. म्हणून पडद्यावरून तुला खुणा करणं जमलंच नाही.'' माधुरी दीक्षित मला पुढं सांगू लागली, ''मी 'जमाई राजा', ह्या सिनेमात अनिल कपूर बरोबर भूमिका करत होते, अनिल कपूर मला खोटं-खोटं घाबरत होता. त्या वेळी मी तुला येण्याची हळूच खूण केली होती. मीच कमनशिबी! या वेळीही तुझं लक्ष भलतीकडेच होतं.''

माधुरी प्रत्येक सिनेमात माझ्याकडून बघून स्मित करत होती, खुणा करत होती आणि मी मात्र ठोकळ्यासारखा बसलो होतो. खरोखर मी गाढवच होतो. मी माधुरीला म्हणालो, ''तुझा 'हिफाजत' हा सिनेमा पाहिला. त्या वेळीही तू पडद्यावरून माझ्याकडे बघून स्मित केलं होतंस का?''

''त्या वेळी माझा मूडच नव्हता बघ बंडू.'' माधुरी दीक्षित म्हणाली, ''कारण 'हिफाजत'च्या अपयशानं मी खचून गेले होते.''

''मी त्यानंतर तुझा 'दयावान' हा चित्रपट पाहिला होता. त्या वेळीही तू माझ्याकडे पाहत होतीस का?'' मी उत्सकुतेनं विचारलं.

''होय.'' माधुरी म्हणाली, ''त्या वेळी मी प्रथमच चुंबनदृश्य दिलं होतं. नेमकं त्याच वेळी मी तुझ्याकडे पाहून एक हवाई चुंबन फेकलं होतं. पण ते मधेच कुठं तरी अडकलं असावं.''

''माधुरी, माधुरी, मी इतका कसा गं बुद्दू? तू प्रत्येक सिनेमात माझ्याकडे बघत होतीस आणि माझं लक्ष मात्र तुझ्याकडे नसायचं.'' मी पुढं माधुरीला म्हणालो, ''मी 'खतरों के खिलाडी'मध्ये संजय दत्तबरोबर तुला पाहिलं. 'प्रेम प्रतिज्ञा'मध्ये मिथुन चक्रवर्तीबरोबर पाहिलं. 'त्रिदेव'मध्ये सनी देओलबरोबर लहानशा भूमिकेत पाहिलं. 'किशन कन्हैया'मध्ये अनिल कपूरबरोबर पहिल्यांदाच विनोदी भूमिका करताना पाहिलं आहे. 'दिल'मध्ये अमीर खानबरोबर पाहिलं आहे. 'राम

लखन'मध्ये लखनची प्रेयसी म्हणून पाहिलं आहे. झालंच तर 'सैलाब'मधली तुझी डॉक्टरांची भूमिका पाहिली. 'हम आपके है कोन'मध्ये तुझी सलमान खानबरोबरची भूमिका पाहिली, त्यानंतर 'राजा'मध्ये संजय कपूरबरोबर तुझं काम बघितलं आहे. माधुरी, मी 'तेजाब'पासून तुझा फॅन आहे.''

''आणि म्याडच्यापसुद्धा आहेस.'' माधुरी लाडेलाडे म्हणाली आणि स्वप्नातल्या माझ्या गालावर त्याच लाडे-लाडेत नाजुक चापटसुद्धा मारली. त्या वेळी स्वप्नातल्या माझ्या नरदेहाचं सार्थक झाल्याचा अप्रतिम आनंद झाला होता. ती मला प्रेमानं म्याडच्याप म्हणाली होती. माधुरी मला म्याडच्याप म्हणाली, ते म्हणणं मला 'पद्मविभूषण' सन्मानाप्रमाणं वाटलं. हे झाल्यावर माधुरी मला म्हणाली, ''तू आता सिनेमांची जी लांबलचक यादी सांगितली आहेस, त्या प्रत्येक सिनेमात मी तुला पडद्यावरून एकसारखी खुणावत होते. कधी संजय दत्तची नजर चुकवून, तर कधी अनिल कपूरची नजर चुकवून. कधी जितेंद्रची नजर चुकवून, तर कधी सलमान खानची नजर चुकवून. कधी आमीर खानची नजर चुकवून, तर कधी संजय कपूरची नजर चुकवून. माणसानं नजरा तरी कुणाकुणाच्या चुकवायच्या आणि कितीदा चुकवायच्या? तुझं लक्ष कुठंतरी भलतीकडेच असायचं. मी तरी बाई कंटाळून गेले.''

''माधुरी, माधुरी, हे सगळं तू मला आज सांगतेस? 'तेजाब'पासून 'राजा'पर्यंत आठ-दहा वर्षं सहज झाली असतील. तुझी पण कमाल आहे हं माधुरी. मी तुला शंभर वेळा सॉरी म्हणतो.'' मी माधुरीला म्हणालो,.

''शेवटी मी अक्षरश: कंटाळून गेले. सिनेमाच्या पडद्यावरून कितीही खुणा केल्या तरी त्या तुझ्या डोळ्यांत आणि डोक्यात शिरतच नव्हत्या. शेवटी मी निर्वाणीचा उपाय शोधून काढला.'' माधुरी दीक्षित म्हणाली.

''कोणता उपाय शोधून काढलास?'' मी उत्सुकतेनं माधुरीला विचारलं.

''हाच रे! तुझ्या स्वप्नातंच डायरेक्ट यायचं, असं मी ठरवलं. त्याशिवाय तुझ्याशी नीट बोलता येणार नाही. मी त्याप्रमाणे आज तुझ्याकडे आले आहे.'' माधुरी दीक्षित म्हणाली, ''खरं म्हणजे गेले कितीतरी महिने, झुमरी तलैयाची सिनेमाप्रेमी माणसं मला एकसारखं 'माधुरीजी, आप एक दिन प्रत्यक्ष नहीं तो कमसे कम मेरी स्वप्नमे तो आ जाईए. उतनाही हमको मनकी शांती मिलेगी. हम झुमरितलैया गावके रहनेवाले सिनेमा देखनेके बडे शौकिन है,'' असं सांगत असतात. तरीही मी झुमरीतलैयाला गेले नाही. गेले रे गेले की, सगळे लोक एकच गिल्ला करून मला म्हणतात, 'माधुरीजी, कुछ भी करो. परंतु हमारे स्वप्नमे आईए. मंगता है तो हम श्यामको छे बजे भी सोयेंगे, आपको श्यामको छे बजे टाईम

मिलेगा तो उस टाईम स्वप्नमे आकर आपका दर्शन दीजिये.' असं असूनसुद्धा, बंडू, मी सवड मिळताच तुझ्याच स्वप्नात धावत आले.''

''माधुरी, मी तुझा लाख-लाख अपराधी आहे.'' मी म्हणालो, ''तुझ्या या दिव्य प्रेमाची जाणीव माझ्या या बथ्थड टाळक्यात शिरलीच नव्हती. आता मात्र मी हिंदी पद्धतीनं तुला लाख-लाख शुक्र आदा करता हूँ. जाता-जाता एक शंका विचारतो. शुक्रचा नेमका अर्थ तुला माहीत आहे का?''

''शुक्र म्हणजे धन्यवाद आपण म्हणतो ना, ते.''

माधुरी म्हणाली, ''मी हिंदी सिनेमात जाण्यापूर्वी मलासुद्धा हा अर्थ माहीत नव्हता. मला वाटायचं की, शुक्र हा शुक्रवारचा शॉर्टफॉर्म आहे. आपण रवि-सोम. वगैरे म्हणतो ना, तसंच हा शुक्र असावा.''

''माधुरी, तुझं-माझं मत बरोबर जुळलं बघ. मलाही तसंच वाटायचं.'' मी म्हणालो.

''मी मुद्दाम तुझ्याकडे एवढ्याचसाठी आले आहे की, मी तुला 'तेजाब'च्या वेळी पडद्यावरून दुरून पाहिलं ना, तेव्हापासूनच तू मला आवडू लागलास. मनात त्याच वेळी ठरवलं की, मैत्री करायची तर तुझ्याशीच. तो योग आज आला आहे. माझा कोणताही सिनेमा आज कोणत्याही थिएटरला नाही. त्यामुळे मी आज कोणत्याच पडद्यावर नाही. भरपूर मोकळा वेळ होता.'' माधुरी सांगत होती, ''एकदा वाटलं की मोकळा वेळ आहे तर डायरेक्ट झुमरीतलैयाला जावं आणि माझ्या फॅन्सच्या स्वप्नांत पाच-पाच मिनिटं भेटून यावं. त्याप्रमाणं मी आईला सांगितलंसुद्धा. आई, आज मोकळा वेळ आहे तर चटकन झुमरीतलैयाला जाऊन माझ्या फॅन्सना स्वप्नातून भेटून येते. तेव्हा आई मला म्हणाली, माधू, तू झुमरीतलैयाला जातेस खरी, पण एका रात्रीच्या स्वप्नांतून इतक्या रसिकांना भेटताना तुझी धावपळ होईल. आईचं म्हणणं मला पटलं. मग मी विचार केला. संपूर्ण स्वप्नभर तुला एकट्यालाच भेटायचं. त्याप्रमाणे मी आले आहे, आपण खूप गप्पा मारत बसू या. तुला कॅडबरी चॉकलेट आवडतं म्हणून हे बघ, कॅडबरीपण आणलं आहे.''

''मला कॅडबरी चॉकलेट आवडतं म्हणून तुला कुणी सांगितलं?'' मी विचारलं.

''बंडूराया, माय डिअर बंड्या, दोन-तीन सिनेमांच्या इंटरव्हलनंतर तू कॅडबरी खात असलेला मी पडद्यावरून बघितलं. एकदा अनिल कपूरची नजर चुकवून मी तुझ्यापुढं, मलाही कॅडबरीचा एक तुकडा दे ना, असं सुचविण्यासाठी हात पसरला होता. पण त्या वेळी ओठाबाहेर आलेली चॉकलेटी रंगाची लाळ पुसण्यात तू दंग झाला होतास. मी पण लहानपणी असंच करायची.''

माधुरीनं आणलेलं चॉकलेट मी अर्धं आणि तिनं अर्धं खाल्लं. नंतर आम्ही स्वप्नामध्ये खूप-खूप गप्पा मारल्या. सिनेमातल्या गाण्यांच्या भेंड्या लावल्या. सिनेमाच्या नावाच्या भेंड्या लावल्या. हे सगळं करताना रात्र संपली. स्वप्न संपलं. कारण खरोखरचा दूधवाला भय्या आला होता आणि मी त्याला, "आज पाव लिटर दूध जादा देव. पाहुणे आनेवाले आहे. सब मिलकर एक लिटर देव." असं सांगत होतो. इति माधुरी दीक्षित स्वप्नदर्शनम् समाप्तम्.

स्वप्न २

चिंतू चिंचोळकर या तरुणाला हे स्वप्न पडलं होतं. त्याच्या स्वप्नात ममता कुलकर्णी आली होती. तो ममताचा फॅन असावा, असं दिसतं. चिंतू चिंचोळकर यानं लिहिलेलं स्वप्न असं होतं...

चिंतू म्हणतो, मला खूप दिवसांपासून वाटायचं की एकदा का होईना, ममताची भेट व्हावी. तसं पाहिलं तर शिल्पा शिरोडकर, ऊर्मिला मातोंडकर, सोनाली बेंद्रे यांचीही भेट व्हावी, असं वाटत होतं. प्रत्यक्ष भेट होणं कठीण होतं. कारण आम्ही मुंबईतल्या एका गजबजलेल्या चाळीत राहतो. ममता माझ्या विनंतीला मान देऊन खरोखरच आमच्या ढोले पाटलांच्या चाळीत आली असती, तर तुफान गर्दी जमली असती. आमच्या चाळीतच सुमारे साडेतीनशे पब्लिक राहतं. चाळ तशी मोठी आहे. त्याशिवाय परिसरात काही हजार माणसं राहतात. ममताविषयी इतक्या लोकांना एकाच वेळी ममता वाटणार आणि चाळीत अन् माझ्या डबल रूमशी हीऽऽ तोबा गर्दी करणार. ममताला चाळीत येणंच मुश्कील होईल आणि माझ्यापर्यंत पोहोचणं तर त्याहून मुश्कील होईल. तिच्याशी बोलावं म्हटलं, तर एक सेकंदाचाही एकांत आणि शांतता मिळणार नाही. एकच गोंधळ होऊन जाईल. म्हणून ममतानं माझ्याकडे प्रत्यक्ष येण्याचं टाळलं असावं.

तरीही ममताशी आपली भेट व्हावी, असं नेहमी वाटत असे. संपर्क कसा साधावा, हे कळत नव्हतं. तिचा पत्ता माहीत नव्हता. मराठीमधल्या पुरुष कुलकर्ण्यांचे पत्ते कुठंही मिळतात. बरेचसे कुलकर्णी मराठीतल्या साहित्याचे ज्येष्ठ समीक्षक आहेत. (नुकतीच समीक्षा लिहायला सुरुवात केलेल सुद्धा लगेच ज्येष्ठ समीक्षक होऊ शकतात. आडनाव फक्त कुलकर्णी असलं म्हणजे झालं. कुलकर्णी आडनावाचा समीक्षक ज्येष्ठच असतो. असो.) त्यांचे पत्ते अगदी सहज मिळतात. स्त्रियांपैकी ज्या कुलकर्णी आहेत, त्यांनी मात्र सरळ नाट्य आणि चित्रपटसृष्टी गाठली आहे. नीना कुलकर्णी, सुकन्या कुलकर्णी, सोनाली कुलकर्णी, ममता कुलकर्णी वगैरे. एकदाचा ममताचा पत्ता मिळवला. तिला पत्र पाठवलं. मी तिचा फॅन असल्याचं कळवलं.

तुझी भेट व्हावी, तुझ्याशी चार-दोन सुखदु:खाच्या गोष्टी व्हाव्यात, असं फार फार वाटतं, असंही पत्रात कळवलं. तू सांगशील तिथं भेटायला येतो, असंही लिहिलं. उत्तरासाठी माझा संपूर्ण पत्ता कळवला. मी तिच्या पत्राची वाट पाहत होतो. पोस्टमन अधून-मधून मला एखादं पत्र आणून देत असे. पण ती पत्रं घरगुती किंवा दुसरीच कसली तरी असायची. एकदा एक पाकीट आलं. मला वाटलं, हे पाकीट नक्की ममताचं असणार. उत्सुकतेनं उघडलं. पत्र वाचू लागलो. भलतंच पत्र निघालं त्यात लिहिलं होतं, 'तुमचं कल्याण व्हावं असं वाटत असेल, तर खालील मजकूर लिहिलेली एकवीस पत्रं बंद पाकिटांतून निरनिराळ्या व्यक्तींना पोस्टानं पाठवा.' ते पत्र तसंच ठेवून दिलं.

असेच दिवस चालले. ममताकडून उत्तर नाही, काही नाही. मी अस्वस्थ झालो. रात्री झोपसुद्धा नीट लागायची नाही. मध्यरात्र उलटल्यावर किंवा पहाटे झोप लागायची. तसाच जागा राहत असे. रात्री भिंतीवरच्या घड्याळातले टोले स्पष्ट ऐकू यायचे. अनेकदा फक्त एकच टोला ऐकू यायचा. तो टोला साडेबाराचा आहे, की एकचा आहे की दीडचा आहे, हे कळायचं नाही. कारण तिन्ही वेळा घड्याळात फक्त एकच टोला पडत असतो. उठून बघावं, असं वाटत नव्हतं. रात्र-रात्र तळमळत होतो. 'ममता', 'ममता' हा जप करत होतो. ममता काही येत नव्हती. पत्र नाही, स्वत: येत नाही. अशा वेळी माणसानं करावं तरी काय? तळमळत राहणं एवढंच माझ्या हाती होतं.

एकदा मध्यरात्रीनंतर मला झोप लागली. झोपेत स्वप्न पडलं. त्या स्वप्नातही मी झोपलो होतो. दारावर टक् टक् आवाज आला. मी स्वप्नामधल्या झोपेतून जागा झालो आणि स्वप्नातल्या जागेपणी मी दार उघडलं. कोण आहे, हे डोळे चोळत पाहिलं. माझ्या डोळ्यांवर माझा विश्वासच बसेना! ही ममता कुलकर्णी तर नसेल? छे! ती कुठली यायला? शिवाय हिनं तर अंगभर सुरेख साडी नेसली होती, ब्लाऊजसुद्धा अर्धा दंड झाकेल असा होता. कपाळावर कुंकवाची टिकली होती. पदर जागच्या जागी होता. केसांची नीट वेणी घातलेली होती. कानात साधे इअरिंग्ज होते. चेहऱ्यावर सोज्ज्वळ भाव होता. उभं राहणंसुद्धा शालीन होतं. एकंदर दिसणं सुसंस्कृत, कुलीन असं होतं. असं सगळं जर आहे; तर मग ही ममता कशी असेल, अशी शंकाही लगेच मनात येऊन गेली. पण शंका ही शंकाच होती. कारण चेहरा सांगत होता, की ही नक्की ममताच आहे. काय प्रकार आहे, हे कळेना. तिला दारात फार वेळ ताटकळत ठेवणं बरं नाही म्हणून मी तिला म्हणालो, "आपलं नाव काय?"

"अय्या! चिंटू तू तर कमालच करतोस की! मला तू चक्क नाव विचारतोस?"

ममता लाडिकपणे म्हणाली

"तू ममता कुलकर्णी ना?" मी विचारलं.

"होय, मी ममता कुलकर्णीच आहे! तुला काय वाटलं, शिल्पा शिरोडकर किंवा सोनाली बेंद्रे किंवा मनीषा कोईराला किंवा पूजा भट्ट किंवा पूजा बेदी किंवा शिल्पा शेट्टी किंवा तब्बू किंवा जुही चावला किंवा आयेशा झुल्का किंवा करिष्मा कपूर किंवा संगीता बिजलानी आली आहे?" ममतानं नटीसहस्रनाम म्हणून दाखवलं.

"तसं नव्हे गं ममता, आधी तू आत येऊन बस बघू." मी म्हणालो. ममता आत येऊन बसली. मी दार लगेच लावून घेतलं. बोलून-चालून चाळ आहे!

"तू अचानक कशी आलीस?" मी विचारलं, "तुला माझं घर कसं सापडलं?"

"तुझं पत्र पोचलं. मी विचार केला, तुला पत्र पाठवण्यापेक्षा सरळ भेटायलाच जावं. शिवाय मला पत्र लिहिण्याचा कंटाळा आहे. कामातून मोकळी झाले की तुला भेटायला यायचं मी ठरवलं. परवा एकदा मी तुला भेटण्यासाठी म्हणून रात्री दोन वाजता स्वप्नात येणार होते. पण तूच काय, सगळी चाळच रात्री दोन वाजता जागी होती. मी आले तशीच परत गेले." ममता म्हणाली.

"रात्री दोन वाजता संपूर्ण चाळ रोजच जागी असते. कारण, आमच्या भागात रात्री दोन ते अडीचपर्यंत म्युनिसिपालिटीचे नळ येतात. तेव्हा रात्री दोन ते अडीच सर्वांना पाणी भरण्यासाठी उठावंच लागतं." मी सांगितलं.

"आज मी मुद्दाम उशिरा आले." ममता म्हणाली, "चाळीतले सगळे लोक झोपलेले होते."

"बरं झालं आताच आलीस. चार वाजले की पुन्हा चाळ हळूहळू जागी होते." मी सांगितले, "निरनिराळे दूधवाले पहाटे चार ते पहाटे पाचपर्यंत निरनिराळे दरवाजे ठोठावत असतात. नंतर पहाटे पाचपासून 'सुलभ- टिंब टिंबं टिंबं आलया'चे नंबर लागतात. कारण प्रत्येक मजल्यावर ही महत्त्वाची स्थळं दोन-दोनच आहेत. जुन्या चाळीत प्रत्येक मजल्यावर दोन-दोनच असतात."

"म्हणजे मला तुझ्याशी निवांतपणे बोलायला किती वेळ मिळेल?" ममतानं विचारलं.

"जेमतेम एक तास. आता पहाटेचे तीन वाजले आहेत. चार वाजता दूधवाल्यांचा राबता सुरू होईल." मी सांगितलं.

"बरं, तुला पत्ता बरोबर मिळाला का?" मी विचारलं.

"न मिळायला काय झालं? तू सविस्तर पत्ता पत्रात लिहिला होतास. त्याप्रमाणे आले."

“ममता, तू मला हे सांग, आज तू ‘संपूर्णवस्त्रावृता’ अशी कशी काय आलीस?” मी म्हणालो, “त्यामुळे तुला मघाशी दारात उभी असताना ओळखूच शकलो नाही. तुला पडद्यावर या रूपात बघितलं नव्हतं.”

“चिंतू, तसल्या वेषात येऊन कसं चालेल?” ममता म्हणाली, “सिनेमात, डायरेक्टर सांगतो म्हणून आणि पब्लिकला आवडतं म्हणून कमी कपडे घालते. आमच्या कुलकर्णी घराण्यात कमी किंवा कमीत कमी कपडे घालण्याची चाल नाही. माझी आजी तर घसघशीत नऊवारी लुगडं नेसत होती. पणजीसुद्धा नऊवारी लुगडंच नेसत होती, असं आजीनं आईला सांगितलं होतं आणि आईनं ते मला सांगितलं. पूर्वी आमच्या आजीच्या काळात घरात सोवळं-ओवळंसुद्धा फार असे. नवरात्रात तर आजी कडक सोवळं पाळायची. रोजचा स्वयंपाकसुद्धा कडक सोवळ्यात करायची. पणजीसुद्धा कडक सोवळं पाळायची.”

“ममता, मला तुझ्याशी बोलायचं आहे.” मी म्हणालो, “तू तर आजी, पणजी, खापरपणजी, खापर-खापर पणजी असं मागं-मागं-मागंच चालली आहेस.”

“मुद्दामच सांगितलं.” ममता म्हणाली, “आमचं कुलकर्णी घराणं कसं अस्सल नऊवारी आहे, हे कळावं म्हणून मी तुला आमच्या पूर्वजांची माहिती सांगितली. माझी आजी ज्वारीची भाकरी फार सुरेख करत असे, आई सांगते. आजी म्हणजे वडिलांची आई. माझ्या आईच्या सासूबाई. भाकरी इतकी पातळ करायची की, भाकरी कोणती आणि पापुद्रा कोणता, हे माझ्या आजोबांना आणि बाबांना ओळखताच येत नसे. आजीनं केलेलं कांद्याचं थालिपीठ तर असं मस्त असायचं की, ती आजीची स्पेशालिटी होती. पुरणाच्या पोळ्या ती माझ्या पणजीकडून म्हणजे तिच्या सासूबाईकडून शिकली. माझ्या आजीच्या पुरणपोळ्या पंचक्रोशीत प्रसिद्ध होत्या. त्या वेळेचे लोक म्हणायचे, ‘पुरणपोळ्या खाव्यात तर कुलकर्ण्यांच्या लक्ष्मीबाईच्या हातच्या.’ आचार्य अत्र्यांनी जर माझ्या आजीच्या हातच्या पुरणपोळ्या खाल्ल्या असत्या, तर ते ढेकर देऊन म्हणाले असते, ‘इतक्या सुंदर, अप्रतिम पुरण पोळ्या या आसेतु हिमाचल हिंदुस्थानात गेल्या दहा हजार वर्षांमध्ये कुणीही केलेल्या नसतील, हे मी छातीठोकपणे सांगतो, ‘माझी आई मेथीची भाजी फारच छान करते.”

“ममता, ममता — तू हे काय चालवलंस?” मी म्हणालो, “मला सिनेमातल्या पब्लिकप्रिय ममताशी बोलायचं आहे. पुरणपोळीफेम लक्षुबाई कुलकर्ण्यांच्या नातीशी नाही.”

“चिंतू, आमचं कुलकर्णी घराणं कसं कुळशील, कुळधर्म, कुळाचार जपणारं होतं, हे मी तुला मुद्दाम सांगते. मला अजूनही तव्यावर केलेल्या पिठल्याची खरवड

उलथण्यानं खरडून-खरडून खायला आवडते.'' ममता सांगत होती.

मी कमालीच्या बाहेर अस्वस्थ झालो. मला ती ममता बघायला आणि बोलायला पाहिजे होती; पण हिनं तर समग्र कुलकर्णी कुलवृत्तान्त आणि कुलकर्णी घराण्यातल्या स्त्रियांचं पाककौशल्य यातच मला गुंतवून ठेवलं. तिनं काकडीची कोशिंबीर, भोपळ्याचं रायतं, वांग्याचं भरीत, कच्च्या टोमॅटोची चटणी, डाळ मेथ्याचं वरण, फोडणीचा भात वगैरे आणखी दहा-पंधरा प्रकार सांगितले. मी हैराण-हैराण-हैराण (आणखी पंधरा-वीस वेळा हाच शब्द) झालो.

शेवटी व्हायचं तेच झालं. शेजारच्या दारावर थाप पडली आणि पाठोपाठ 'दूधवाला' असा आवाज झाला.

''अय्या! गप्पा मारता-मारता पहाटेचे चार वाजले. एक तास कधी संपला, ते कळलंच नाही. चिंतू, अच्छा! बाय बाय!'' असं म्हणून मोठ्या मुश्किलीनं स्वप्नात आलेली संपूर्णवस्त्रावृता ममता कुलकर्णी माझ्या स्वप्नातून निघून गेली. मग मी स्वप्नरहित झोपेत झोपलो. एवढ्यात माझ्या दाराची कडी वाजली. 'दूधवालाऽ' असा खडा आवाज ऐकू आला. मी दार उघडलं. नेहमीप्रमाणे दूध घेतलं. दार बंद केलं आणि तळमळत पडलो. आपली निवडच चुकली. ऊर्मिला मातोंडकरला स्वप्नासाठी ट्राय करून बघू या, असं ठरवून अंथरुणावर आडवा झालो.

स्वप्न ३

हे स्वप्न बाळू पोफळे याला पडलं होतं. बाळूच्या तोंडूनच त्याचं स्वप्न ऐका.

मी हल्लीच्या परिस्थितीला कंटाळलो होतो. रोजचं वर्तमानपत्र वाचलं की असं वाटायचं, हा देश रसातळाला चालला आहे. वरपासून सरपंचापर्यंत अनेक जण कशान् कशात तरी अडकले आहेत. आता आपणच देशाचा प्रामाणिक नागरिक म्हणून काहीतरी ठोस केलं पाहिजे, असं मी ठरवलं. त्या रात्री मी झोपलो. झोपेत मला स्वप्न पडलं. ते स्वप्नच आता सांगतो.

स्वप्नात मला एक फँटास्टिक आयडिया सुचली. देश सुधारणं, ही आता कोणत्याही राजकीय पक्षाच्या किंवा माणसाच्या आवाक्याबाहेरची गोष्ट होऊन बसली आहे. त्यासाठी एकतर परमेश्वरानं 'धर्मसंस्थापनार्थाय संभवामि युगे युगे' हे आश्वासन पुरं करण्यासाठी स्वत: तरी अवतार घ्यावा किंवा मला तरी देशाचे कल्याण करण्याचे सर्वाधिकार द्यावेत. कोणताही पर्याय घेतला तरी अगोदर परमेश्वराला प्रसन्न करून घेतलंच पाहिजे. म्हणून मी तपश्चर्या करण्याचं ठरवलं. स्वप्नातच ऑफिसात माझ्या क्रेडिटला अन्डर लीव्ह किती शिल्लक आहे, ते पाहिलं. ब्याण्णव

दिवस होती. म्हणजे तीन महिन्यांची रजा तपश्चर्येसाठी सहज काढता येईल, असं ठरवलं. रजा काढताना, रजेच्या दिवसांच्या तोलामोलाच्या खोट्या कारणांची एक अलिखित यादीच सर्व ऑफिसांतून असते. मी तीन महिन्यांच्या रजेला शोभून दिसेल असं एक खोटं कारण देऊन रजा काढली. साहेबांनी रजा मंजूरसुद्धा केली. रजा मंजूर केल्यावर साहेब मिशीतल्या मिशीत हसत (टीप : आमचे साहेब मिशी ठेवतात.) मला म्हणाले, ''पोफळे, तुमची रजा मंजूर केली आहे. रजेचा नो प्रॉब्लेम. पण मला रजेचे खरं कारण सांगा. ऑफिशियल खोटं कारण तुम्ही रजेच्या अर्जात लिहिलंच आहे. खरं कारण सांगितलं तर मी तुमची रजा अजिबात रद्द करणार नाही.''

साहेबांनी एवढं आश्वासन दिल्यावर मी रजेचं खरं कारण सांगितलं. मी साहेबांना म्हणालो, ''त्याचं काय आहे साहेब, सध्या आपल्या महन्मंगल देशाची कशी वाताहत झाली आहे, हे आपण पाहत आहोत. म्हणून मी रजेच्या तीन महिन्यांत जमेल तेवढी घोर, कठोर तपश्चर्या करून परमेश्वराला प्रसन्न करून घेणार आहे. देशातील भ्रष्टाचार संपवून सगळीकडे सदाचार स्थापन करण्याचे सर्वाधिकार मी डायरेक्ट परमेश्वराच्या वराच्या रूपानं मिळवणार आहे.''

हे ऐकल्यावर साहेब पुन्हा मिशीतल्या मिशीत हसले आणि मला म्हणाले, ''विश यू सक्सेसफुल तपश्चर्या!''

मी एक निवांत स्थळ स्वप्नात शोधलं. तिथं एका वृक्षाखाली पद्मासन घालून तपश्चर्येला बसलो. बरोबर नव्वदाव्या दिवशी म्हणजे माझी रजा संपायच्या दिवशी साक्षात परमेश्वर प्रसन्न झाला. तो मला म्हणाला, ''वत्सा बाळू पोफळे, वरं ब्रूहि.'' मी लगेच म्हणालो, ''भ्रष्टाचाराच्या खोल कर्दमात रुतलेल्या देशाला बाहेर काढून सर्वच्या सर्व लोकांना सदाचाराच्या सन्मार्गावर आणून देशाचा गाडा मार्गी लावण्याचे सर्वाधिकार आणि ते पूर्ण करण्याचे सामर्थ्य मला दे.''

''तथास्तु!'' असं म्हणून परमेश्वर अंतर्धान पावला.

मी कामावर रुजू झालो आणि साहेबांना सर्व वृत्तांत सांगून म्हणालो, ''मला आजच्या आज राजधानीत जाऊन संपूर्ण देशाचे सर्वाधिकार घ्यायचे आहेत. भ्रष्टाचाराच्या ठिकाणी सदाचार आणायचा आहे. आपल्या या महन्मंगल, परमपवित्र देशाला वैभवाच्या शिखराच्या टोकावर नेऊन बसवायचं आहे. म्हणून मला आणखी तीन महिन्यांची स्पेशल रजा मंजूर करा. पाहिजे तर पुढची तीन वर्षं माझ्या नावावर अन्डर लीव्ह क्रेडिट करू नका, असं एस्टॉब्लिशमेंट सेक्शनला सांगा.''

''पोफळे, तुम्ही म्याड आहात का हो?'' साहेब मला म्हणाले, ''तीन महिन्यांची रजा काढून तुम्ही तपश्चर्या करायला जाणार आणि परमेश्वराला प्रसन्न

करून घेणार, हे खरं कारण जेव्हा तुम्ही मला सांगितलं, तेव्हाच मी हसलो होतो. (पूर्व संदर्भ : साहेब मिशीतल्या मिशीत हसले.) पण मी म्हटलं, कुठं का जाईना; रजा आहे तर जाऊ द्या. पण तुम्ही तर परमेश्वर प्रसन्न झाला, त्यानं तुम्हाला सर्वाधिकार आणि सॉलिड सामर्थ्य दिलं, असं काय वाटेल ते सांगू लागतात. आता त्याच मनोराज्यात किंवा गोड स्वप्नात तुम्ही राजधानीत जाणार. त्यासाठी पुन्हा तीन महिन्यांची स्पेशल रजा मागता? कमाल आहे!''

''सर, कमाल म्हणू नका. परमेश्वरानं मला खरंच सर्वाधिकार दिले आहेत. प्लीज, रजा सँक्शन करा.''

''पोफळे, उद्यापासून तीन आठवडे गव्हर्नमेंटचे ऑडिटर्स येणार आहेत. रजा मंजूर करता येत नाही. पुन्हा तपश्चर्या करायची असेल तर ऑडिट संपल्यावर विदाऊट पे रजा घेऊन करा.''

साहेबांचं हे बोलणं ऐकल्यावर स्वप्नातून मी खाडकन् झोपेत आलो आणि झोपेतून जागा झालो.

अशी आणखी अनेक स्वप्नकथनं आहेत. श्याम काटेकरनं स्वप्नकथन विशेषांक काढला असता, तर चांगली विक्री झाली असती.

★ ★ ★

९.

राष्ट्रीय पोलिटिकल बाजार

शीर्षक तीन लिप्यांमध्ये लिहिले आहे. ते एकाच लिपीत असं आहे— राष्ट्रीय पोलिटिकल बाजार. राष्ट्रीय हा संस्कृत शब्द रोमन लिपीत लिहिला आहे. पोलिटिकल हा इंग्लिश शब्द देवनागरी लिपीत लिहिला आहे आणि बाजार हा मराठी (तसा मूळचा उर्दू) शब्द उर्दू लिपीत लिहिला आहे. याचं कारण काय? कारण एकच; राष्ट्रीय एकात्मता. मेरा भारत महान आहे. त्यासाठी जमेल तिथं, जमेल तशी एकात्मता साधलीच पाहिजे. उदाहरणार्थ महंमद नमस्कार कर. अल्बर्ट सलाम कर. गोपाळ सॅल्यूट कर. अशी ही राष्ट्रीय एकात्मता.

अशी द्वैभाषिक, त्रैभाषिक नावं आपल्या या महन्मंगलफेम देशात आधीपासूनच रूढ आहेत. युवक बिरादरी (भ्रातर-ब्रदर-बिरादरी), राष्ट्रीय केमिकल्स अँड फर्टिलायझर्स, प्रजा सोशालिस्ट पार्टी, समाजवादी सोशालिस्ट पार्टी, स्वतंत्र पार्टी, भारतीय जनता पार्टी, हिंदुस्थान अँटिबायोटिक्स अशी कितीतरी नावं सांगता येतील. अशी नावं दिली की, कसं राष्ट्रीय राष्ट्रीय वाटतं. अशी संमिश्र नावं दिली की, संस्था, राजकीय पक्ष, कारखाने छान चालतात, असा अनुभव आहे.

हे लक्षात घेऊनच हा राष्ट्रीय पोलिटिकल बाजार सुरू करण्यात आला आहे. विविध प्रकारच्या मालाची मोठी आवक-जावक असली की, व्यापारी गावात मोठं, प्रशस्त मार्केटयार्ड असतं. तिथं मोठमोठ्या उलाढाली चालतात. कुणी गहूसम्राट असतो, तर कुणी गूळसम्राट असतो. कुणी चक्क हिंगसम्राटसुद्धा असतो. देशाला लागणाऱ्या हिंगाच्या नाड्या या हिंगसम्राटाच्या हातात असतात. वेलदोडेकिंगच्या हातात वेलदोड्याच्या नाड्या असतात. कुणी दालचिनीकिंग असतो, तर कुणी जायफळकिंग असतात. फार मोठी उलाढाल तिथं चालत असते.

अशाच धर्तीवर हा राष्ट्रीय पोलिटिकल बाजार सुरू करण्यात

आला आहे. या बाजाराला पोलिटिकल सुपर मार्केट म्हटलं तरी चालेल. जिथं निरनिराळ्या राजकीय पक्षांच्या मोठमोठ्या उलाढाली होत असतात. पोलिटिकल पार्ट्यांचे भाव चढतात, उतरतात. काही पोलिटिकल पार्ट्या दुसऱ्या पार्टीला विकत घ्यायला बघतात. निवडणुकीच्या उमेदवारांची खरेदी-विक्री होते. या मार्केटात मतांचे भाव ठरतात. मतदारसंघ कोणता हे पाहूनच पर व्होट किती गुप्तधन मतदाराला द्यायचं, हेही या मार्केटात ठरतं. पोलिटिकल पार्टीच्या मताच्या दरावरून त्या पार्टीची सध्याची मार्केट व्हॅल्यू ठरते. विविध पोलिटिकल पार्ट्यांची या बाजारात उमेदवार, मतदार यांचे मूल्य ठरवणारी केंद्रं आहेत. आजचा बाजारभाव या चालीवर रोजचे भाव, चढ-उतार ठरवले जातात.

राष्ट्रीय पातळीवरच्या राजकीय पक्षांप्रमाणेच राज्यपातळीवरच्या राजकीय पक्षांचीही दुकानं आहेत. ही दुकानंही जोरदार उलाढाल करतात. मोठ्या, देश-पातळीवरच्या पक्षांचा सत्तास्थापना करण्याचा खटाटोप सुरू असताना, हे पक्ष राजकीय सौदे करतात. मंत्रिपद ही महत्त्वाची अट असते. सुपर मार्केट नेहमी गजबजलेलं असतं. राजकारणी लोकांची तिथं सतत वर्दळ असते. पुढारी, आमदार, खासदार, नामदार, उद्योगपती, कारखानदार, काळा बाजारवाले, बिल्डर्स, दादा लोक, गुंड, भाडोत्री विद्वान अशी नाना प्रकारची माणसं येत-जात असतात.

या मार्केटातील राष्ट्रीय पातळीवरची आणि राज्यपातळीवरची प्रमुख दुकानं अशी आहेत-

राष्ट्रीय बृहत् पक्ष (सर्वांत जुना पक्ष)
वामपंथ (दक्षिणमार्गी)
वामपंथ (सव्यमार्गी —डावा)
अविंध मजलिस
बहुसंख्य जनता पार्टी
नॉन आर्यन लोग (क) पक्षम
पूर्वसमुद्र देसम
पश्चिमसिंधू सेना
विषमभूमी पीपल्स पार्टी
दल-पक्ष-परिषद-मिक्श्चर पार्टी
विपक्ष पार्टी (प्रत्येकाची टेबल-खुर्ची निराळी)

ही महत्त्वाची दुकानं या मार्केटात आहेत. विशेष, म्हणजे हे सगळेच पक्ष कागदोपत्री लोकशाहीवादी आहेत. किंबहुना, लोकशाही हीच प्रत्येक दुकानाची स्पेशालिटी आहे. हुकूमशाही वृत्तीच्या लोकांचेही एक लोकशाहीवादी दुकान आहे.

याशिवाय राजेशाहीचा पुरस्कार करणारी काही जुन्या राजांची दुकानंही इथं आहेत. असला अप्रतिम आणि नामांकित बाजार फक्त इथंच आहे; अन्यत्र कुठंही नाही, असं जाणकार लोक सांगतात.

निवडणुकीचे दिवस जवळ येत चालले आहेत. त्यामुळे या बाजारात फार मोठमोठ्या उलाढाली सुरू आहेत. वर सांगितलेले सर्व प्रकारचे महा-जन यांची सतत ये-जा सुरू आहे. बाजारभावाचे चढ-उतार, पुढारी, आमदार, खासदार यांची खरेदी-विक्री, मतदारांची घाऊक खरेदी, पक्षांतराचे भाव, सरकार कोसळवण्याची उलाढाल वगैरे वगैरे अनेक गोष्टी इथं जोरात चालू सुरू. चला, आपण या राष्ट्रीय पोलिटिकल बाजारात फेरफटका मारू या.

दुकान : राष्ट्रीय बृहत् पक्ष.

शेठजी लोडाला टेकून बसले आहेत. शेठजींचे चमचे बाजूला सन्मान्य अंतरावर बसले आहेत.

शेठजी : या, या, या. बसा. माल विकायला आणला आहे वाटतं? कसला माल आहे?

दलाल : हा बघा. तीन नग आहेत. आमदारांचा सध्या काय भाव आहे?

शेठजी : सध्या आमदारांचे मार्केट डाऊन आहे. एका मोठ्या राज्यात राष्ट्रपती राजवट असल्यामुळे तिथले साडेचारशे आमदार बेकार आहेत. ते गोडावूनमध्ये पडून आहेत. या मालाचं काय करायचं, हा प्रश्न आहे.

दलाल : शेठजी, तरीही हे तीन आमदार घेऊन ठेवा. त्यांना पैशांची गरज आहे. त्यामुळे हे आमदार स्वस्तात मिळतील.

शेठ : अहो, पण फुकट मिळाले तरी नको. दुसरीकडे जा.

दलाल : शेठ, तुम्ही या धंद्यात खूप वर्षं आहात. तुमचं दुकान तर शंभराहून अधिक वर्षांचं जुनं आहे. तुम्हाला राजकारणाचा शंभर वर्षांचा अनुभव आहे. याशिवाय आमदार-खासदार यांच्या खरेदीचा अनुभवही चाळीस-एक वर्षांचा आहे. म्हणून म्हणतो, माल स्वस्तात खरेदी करून गोडावूनमध्ये भरून ठेवा. निवडणुकीच्या वेळी उपयोगी पडेल.

शेठ : डझनाचा भाव वट्टात बोला. परवडलं तर हे पाव डझन आमदार घेईन.

दलाल : तुम्हाला म्हणून हे आमदार सहा लाख रुपये डझन या भावानं देतो, मला दलाली फक्त पाच टक्के मिळणार आहे.

शेठ : म्हणजे दीड लाख रुपयांना पाव डझन आमदार पडले. तरीही फार

होतात. बरं, हे आमदार कोणत्या पक्षातून आले आहेत?

दलाल : हे तिघे जण समाजवादी म्हणजे वाचा विद्वान पार्टीचे आहेत.

शेठ : हत् त्यच्यायला! या बडबड्या विद्वानांचा भाव दरडोई ५० हजार रुपये कधीपासून झाला? दरडोई ५-५ हजार देतो. तेही त्यांची किंमत म्हणून नाही. निवडणुकीत बडबडछाप भाषण करणारी माणसं आमच्या पार्टीमध्ये कमी आहेत. शहरातल्या लोकांपुढं बडबडायला त्यांचा उपयोग होईल.

दलाल : पाच हजार म्हणजे फारच कमी होतात. तुम्ही अगदी स्क्रॅपच्या भावानंच मागताय.

शेठ : मला धंद्यातलं चांगलं कळतंय. या पक्षामधले लोक आयत्या वेळी मोफतसुद्धा मिळतात. केवळ पुढाऱ्यांनी गच्च भरलेला पक्ष आहे. या पक्षात अनुयायी नसतोच. इतर पक्षांचे पुढारी विकत घेतले तर त्यांच्याबरोबर हजार, दोन हजार अनुयायीही मिळतात. हेच पुढं निवडणुकीत आपले मतदार होऊन आपल्याला मतं देतात.

दलाल : हेसुद्धा काही अनुयायी देतील की!

शेठ : तुमच्या देखतच विचारतो. मिस्टर तिघे जण, आम्ही तुम्हाला विकत घेतल्यावर तुम्ही आम्हाला किती अनुयायी द्याल?

एक आमदार : अनुयायी? आमच्या पक्षामध्ये अनुयायी ही भानगडच नाही. जो-तो स्वयंभू शहाणा आहे. जो-तो बुद्धीच सांगतो, असे सर्व पुढारीच आहेत. प्रत्येक पुढारी म्हणजे चर्चा, परिसंवाद, वादविवाद, सैद्धान्तिक मूल्ये, अभ्यास मंडळ, बौद्धिक नेतृत्व, धर्मनिरपेक्ष विचारप्रणाली, पुरोगामित्व, विचारमंथन, त्यातून समाजवादाचं लोणी वगैरे वगैरेंवर आमच्या पक्षाचा भर असतो.

शेठ : म्हणजे नुसते किलो-किलो शब्द घेऊन ते खलबत्त्यात घालून कुटत बसता आणि त्यालाच समाजवाद म्हणता. तुमची जातकुळी बुद्धिमंतांची आहे. या जातीची माणसं नको. डायरेक्ट.. च्यावर शिक्का हाणा, असं शिकवणारी माणसं पाहिजेत.

दलाल : शेठ, असं म्हणू नका. यांना विकत घेऊन तर बघा. हे लोक त्यांच्या पार्टीत असतात, तेव्हा सॉलिड बौद्धिक गुरगुर करतात. पण एकदा का विकले गेले की, एकदम गप्पगार होतात.

शेठ : ठीक आहे. पाच-पाच हजारांच्या तीन पावत्या फाडतो. कोण आहे रे तिकडे? यांना आपल्या गोडावूनमध्ये ठेवा.

दलाल : मला यात कमिशन काय मिळणार?

शेठ : कमाल करता! कंडम माल आणता आणि वरती कमिशन मागता?

अल्पसंख्य आमदार आणा, म्हणजे एकेक आमदार पाच लाखांना घेतो. त्याचं आमच्याकडे दिवसेंदिवस शॉर्टेज होऊ लागलं आहे.

दलाल : प्रयत्न करून बघतो.

शेठ : त्यांना मार्केटमध्ये फार डिमांड आहे. जातीय पक्षसुद्धा धर्मनिरपेक्षपणा दाखवण्यासाठी अल्पसंख्यवाल्यांना पडेल त्या किमतीला विकत घ्यायला तयार आहेत. तुम्ही अल्पसंख्यवाले आणा, म्हणजे तुम्हालाही भरपूर कमिशन मिळेल.

दुकान : वामपंथ (दक्षिणमार्ग)

वामपंथी १ : मित्रा, आपण या महागड्या मार्केटात दुकानाचा गाळा घेतला आहे खरा; पण नुस्तं भाडं भरता-भरता आपण मेटाकुटीला येऊ.

वामपंथी २ : खरं आहे. इतके दिवस आपल्याला बृहत् पार्टीचा आधार होता. आपल्या परमपवित्र पितृदेशाचाही पाठिंबा होता. परंतु, आता ते दोन्ही आधार तुटले आहेत.

वामपंथी १ : जगातल्या कामगारांनो एक व्हा, असा दिव्य संदेश आपल्या पितृदेशानं सुमारे नऊ दशकांपूर्वी दिला होता. पण आपण एकाच गिरणीतील कामगारांनो एक व्हा, एवढंसुद्धा करू शकलो नाही. तिथेही अनेक ट्रेड युनियन्स निघाल्या आहेत. पूर्वी ट्रेड युनियनच्या धंद्यात आपली झकास मोनॉपॉली होती. हल्ली या धंद्यातसुद्धा कॉम्पिटिशन फार झाली आहे. त्यामुळे या धंद्यात पहिल्यासारखी सुस्थिती राहिली नाही.

वामपंथी २ : पूर्वी आपण, आज कामगार पिळला जात आहे, अशी आतडी पिळवटून, बेंबीच्या देठापासून आरोळी ठोकली की, कामगार कसे मेंढरासारखे आपल्या मागं यायचे.

वामपंथी १ : मला वाटतं, आपण आपला सेल लावू या.

(हे वाक्य, बृहत् पक्षाचे शेठ जाता जाता ऐकतात.)

शेठ : काय वामपंथी, कसला सेल लावलाय?

वामपंथी १ : आमचा स्वत:चाच सेल लावावा म्हणतो. बोला, घेता का आम्हाला विकत?

शेठ : मुद्दाम पैसे देऊन, तुम्हाला विकत कशाला घ्यायचं? वर्षानुवर्षे तुम्ही तर आमच्या बृहत् पक्षाच्या आश्रयानं राहत होता. आश्रितांनाच पैसे देऊन विकत घेण्यात काय अर्थ आहे? दुसऱ्या दुकानात जाऊन विचारा. (शेठ निघून जातात.)

दुकान : वामपंथ (सव्य, डावे)

वामपंथी (दक्षिणमार्गी) नमस्कार सत्यमार्गी (डावे वामपंथी)

शेठ : लाल सलाम!

वामपंथी (सत्यमार्गी) : काय पाहिजे?

दक्षिणमार्गी : आम्हाला विकत घेता का?

सत्यमार्गी : तेवढं सोडून बोला. तुमच्यात आणि आमच्यात सैद्धान्तिक मतभेद आहेत. अशा परिस्थितीत तुम्हाला विकत घेण्यात काय अर्थ आहे? चर्चा, शाब्दिक काथ्याकूट करत बसणार. निवडणुकीच्या दृष्टीनेही तुमचा काही उपयोग नाही. उगीच माल विकत घ्यायचा आणि दुकानाच्या माळ्यावर अडगळीत ठेवायचा. तुम्ही आपलं दुसऱ्या दुकानात जा. ज्या गावच्या बाभळी, त्याच गावच्या बोरी. आपण मूळचे एकाच गावचे आहोत.

दक्षिणमार्गी : आमच्या पितृदेशातच फार मोठी उलथापालथ झाल्यामुळे तर इथं आमची किंमत शून्यापर्यंत येऊन ठेपली आहे.

वाममार्गी : आणखी एका पवित्र देशातही लोकशाहीचे वारे वाहू लागले आहेत. त्यामुळेही आमचा वाममार्ग कंटकमय होऊ लागला आहे.

दक्षिणमार्गी : सध्या देशात प्रस्थापित सरकारला निवडणुकीत हरवून आपली सत्ता स्थापना करण्याचे प्रयत्न सुरू आहेत. तुम्ही आणि आम्ही सगळेच जण त्या दुकानात जाऊ या. तिथं आमदार, खासदार, पुढारी यांची मोठ्या प्रमाणात खरेदी चालू आहे. बृहत् पक्षाच्या तोडीचं ते दुकान आहे.

वाममार्गी : म्हणजे, दल-पक्ष मिक्श्चर पार्टीचं दुकान ना? ते दुकान सध्या तरी तेजीत दिसतं. काही पक्षांनी आपल्या पक्षाचं दुकानच ठोक भावानं त्या दुकानाला विकून टाकलं. त्यांचं पोलिटिकल मार्केटात दुकानच नाही, अशी त्यांची स्थिती आहे.

दक्षिणमार्गी : समाजवादी विद्वान पार्टीनं आपलं दुकानसुद्धा या पार्टीला विकलं म्हणे.

वाममार्गी : समाजवादी विद्वानांच्या दुकानामध्ये चार भिंती, वर छत आणि खाली जमीन यांशिवाय होतं काय? प्रत्येक जण विद्वान असल्यामुळे स्वतेजानं तळपत होता. म्हणून दुकानात विजेचा दिवासुद्धा नव्हता. दरवाजासुद्धा नव्हता.

दक्षिणमार्गी : कमाल आहे!

वाममार्गी : दरवाजा पाहिजेच कशाला? चोर येतीलच कशासाठी? याशिवाय या दुकानातले विद्वान दुसरीकडे घरोबा करण्यासाठी नेहमी जात असतात. मग दरवाजाची अडचण कशाला?

दक्षिणमार्गी : आमची अवस्थाही समाजवादी विद्वान पार्टीसारखीच झाली आहे. भिंतींचीही पडझड झाली आहे. छताचं प्लॅस्टर पडत आहे. जमीनही बरीच उकरली आहे. मला वाटतं, आमचं दुकानच मिळेल तेवढी पागडी घेऊन बड्या दुकानदारास विकून टाकावं. आम्हाला तर कुणी विकत घेत नाही. आम्ही वर्तमानपत्रात जाहिरात देऊन आमचा ग्रँड रिडक्शन सेलसुद्धा लावला होता. तरीही कुणी फिरकलं नाही. त्या मानानं तुमचं बरं आहे. एका राज्यातले आमदार-खासदार तरी तुमच्याकडे आहेत.

वाममार्गी : संपूर्ण देशाच्या या मार्केटात एवढा माल पुरेसा पडत नाही. सगळ्यांनी मिळून एक चांगलं मोठं को-ऑपरेटिव्ह दुकान काढलं तर आमदार खासदार, पुढारी, पक्ष, वृत्तपत्र यांची ठोकबंद खरेदी करणं शक्य होईल. तसं केलं नाही तर राष्ट्रीय बृहत् पार्टी एकेक दुकान गिळंकृत करायला टपूनच बसली आहे.

दक्षिणमार्गी : आपल्या या पोलिटिकल बाजारामध्ये दल, पक्ष, मिक्श्चर पार्टीचं मोठं दुकान आहे. मला वाटतं, ते को-ऑपरेटिव्ह पद्धतीनं चालवतात. या दुकानाचं भांडवल प्रचंड नाही. कारण ते पॉलिटिक्सच्या धंद्यात जुने असले तरी या मार्केटमध्ये नवीन आहेत. म्हणून त्यांनी को-ऑपरेटिव्ह पोलिटिकल पार्टीज् अशी स्कीम काढून बहुपक्षीयांचं दुकान काढलं.

वाममार्गी : आपणही त्या को-ऑपरेटिव्ह दुकानामध्ये जाऊ या. आपणही विकाऊ आहोत, असं सांगू या. निदान आपला बाजारभाव काय आहे याचा तरी अंदाज येईल.

दक्षिणमार्गी : चला, गाठोडं पक्षांच्या दुकानात जाऊ या.

दुकान : दल, पक्ष, मिक्श्चर पार्टी

दक्षिणमार्गी : नमस्कार. लाल सलाम! तुम्ही को-ऑ.. पद्धतीचं पोलिटिकल दुकान काढलं आहे, हे फार बरं झालं. हल्ली एकेकट्या पक्षानं निवडणुका लढवण्याचे दिवस राहिले नाहीत. एकमेका साह्य करू, अवघे धरू सत्तापंथ... असा जमाना सुरू झाला आहे.

मालक : होय, म्हणून तर हे दुकान काढलं आहे. सर्व पार्ट्यांकडून चांगला प्रतिसाद मिळत आहे. बरं, तुम्ही कोणत्या पार्टीचे आहेत?

दक्षिणमार्गी : मी वामपंथी दक्षिणमार्गी गटाचा पुढारी आहे. आणि हे वामपंथी सव्य (डावे) मार्गी गटाचे पुढारी आहेत.

मालक : तुम्ही दोघे एकत्र कसे काय आलात?

वाममार्गी : परिस्थितीमुळे आमच्या विचारसरणीचं आकर्षण कमी होत

चाललं आहे. चंदीग्राम घटनेमुळे तर आणखीच कमी झालं आहे. आम्हाला विकत घ्याल का? तुम्ही बरेच पक्ष विकत घेता, असं कानावर आलंय, म्हणून तुमच्याकडे मुद्दाम आलो आहोत.

मालक : आम्ही पुढारी, आमदार, खासदार, जनता यांच्यासह संपूर्ण पक्षच खरेदी करतो. परंतु, व्यवहार रोखीनं नाही. कारण आमचा हा धंदा नवीन आहे. जुना अनुभव, एवढंच काय ते आमचं बीजभांडवल आहे. राजकारणाचे सगळे डावपेच आम्हाला माहीत आहेत. त्याचप्रमाणे सत्ताधाऱ्यांच्या भानगडी, कुलंगडी यांचीही आम्हाला माहिती आहे.

वाममार्गी : असणारच. तुम्हीही पूर्वाश्रमीचे त्याच पार्टीतले आहात.

दक्षिणमार्गी : तुम्ही आम्हाला खरेदी करायला तयार आहात; परंतु कॅश पेमेंट नाही म्हणता. मग खरेदी कशी काय करणार?

मालक : आमच्या दल-पक्ष मिक्श्चर पार्टीनं 'आश्वासन बॉंड्स' काढले आहेत. हे बॉंड्स निरनिराळ्या प्रकारचे आहेत.

वाममार्गी : आश्वासन म्हणजे पाळलं तर वचन आणि नाही पाळलं तर थाप.

मालक : ही व्याख्या त्या 'बृहत् पक्षा'च्या मंत्र्यांना सांगा. या व्याख्येच्या उत्तरार्धात तो पक्ष आणि मंत्री निष्णात आहेत.

दक्षिणमार्गी : तुमचे आश्वासन बॉंड्स कसले आहे ते तरी सांगा—

मालक : येत्या निवडणुकीनंतर आमच्या 'मिक्श्चर पार्टी'चं सरकार आलं तरच आम्ही ही आश्वासनं कृतीत आणणार आहोत. त्यापूर्वीचेही काही आश्वासन बॉंड्स आमच्याकडे आहेत. निवडणुकीच्या तिकिटाचे आश्वासन बॉंड्स आहेत. आम्ही हे बॉंड्स लौकरच विक्रीला काढणार आहोत. जे आमदार, खासदार पुन्हा निवडून येण्याची खात्री आहे; त्यांना हे बॉंड्स सवलतीच्या दरात विकण्यात येतील आणि जे निवडून येण्याची खात्री अगदी कमी आहे, अशांना बॉंड्स अधिक भावानं विकले जातील.

वाममार्गी : आम्ही कोणत्या गटात मोडतो?

मालक : तुम्हाला सवलतीच्या दराने विकू; परंतु या दक्षिणमार्गीचं काही खरं नाही; फार तर डमी उमेदवार म्हणून आम्ही घेऊ.

वाममार्गी : येत्या निवडणुकीमध्ये मिक्श्चर पार्टीचं सरकार देशात आलं, तर आम्हाला मंत्रिपदे देणार की नाही?

मालक : त्यासाठी हा एक कोटी रुपयांचा आश्वासन बॉंड घ्या. मंत्री झालात की वर्षाच्या आत एक कोटी वसूल होतील.

दुकान : अविंध मजलिस

मालक : आईये आईये! तशरीफ रखीये। सलाम आलेकुम!

बृहत् पार्टी नेता : वालेकुम सलाम.

मालक : बडे लोगोने आज इधर वाकडी वाट कैशी किया है? क्या हुकूम है बोलिये.

बृहत् पार्टी नेता : हमको, तुम्हारे अविंध पार्टीके कमसे कम एक सौ कँडिडेट मंगता है. एक सौ लोग एक लॉट मे खरीदना है.

मालक : इस वक्त जादा लोग खरीद रहे है. आखिर बात क्या है?

बृहत् पार्टी नेता : ये आनेवाला इलेक्शन है ना, ये हमको पॉवर मे रखेगा या नहीं उसकी काळजी लग रही है. हमारी मदार तो हमेशा तुम्हारे जैसे अल्पसंख्य लोगो परही होती है. दुसरी कोई पार्टीने आपको खरीदने के पहिले ही मै एक सौ कँडिडेट की ऑर्डर बुक करके रखता हूँ.

मालक : शुक्रिया! मगर हमारा भाव बढ गया है. लास्ट इलेक्शन मे जो भाव था ना, उससे डबल होगा. दूसरी बात यह है, हमारे जितने आमदार, खासदार होंगे उसमेसे कमसे कम पचीस टक्के को मिनिस्टर बनाना पडेगा, वो भी कॅबिनेट मिनिस्टर! पाच खासदारोंको सेंट्रल मे कॅबिनेट मिनिस्टर बनाना पडेगा. उनका खाता ऐसा रहेगा : होम मिनिस्टर, रेल्वे मिनिस्टर, फायनान्स मिनिस्टर, फॉरिन मिनिस्टर और डिफेन्स मिनिस्टर.

बृहत पार्टी नेता : एकदम मंजूर! हमारे पार्टीने अविंध पार्टी के लोगोका शब्द कभी नीचे पाडा है क्या? तुम्हारी शर्त मंजूर! तुम्हारा पाठिंबा हमारे शिवाय दुसरे किसी को नही देना! वादा?

मालक : वादा पक्का! मगर एक महत्त्व की बाब वैसी ही रह गयी. हमारे व्होटर्स व्होट देंगे उसका भाव भी पक्का किजीये. हमारे अल्पसंख्याक वालोंका व्होट पक्का मजबूत होता है, यह तो आपको कई सालोंके अनुभवसे मालूमही है. एक एक व्होटको क्या रेट देगा?

बृहत पार्टी नेता : आपही बोलिये, आखिर व्होटर्स तो आपके ही है.

मालक : (एक बोट दाखवतो)

बृहत् पार्टी नेता : एक हजार? लास्ट टाईम तो पाच सौ मे सौदा पटा था. अभी एकदम डबल किया?

मालक : महंगाई देखो ना कितनी बढी है. दूसरी बात, आजकल अल्पसंख्य व्होटर्स की बहुत डिमांड है. वो 'दल-पक्ष-मिक्श्चर पार्टी' है ना, उनको भी, धर्मनिरपेक्ष बताने के लिये अल्पसंख्य वालों का बहोत व्होट्स खरीदना है.

बृहत् पार्टी नेता : वो लोग हर व्होट को एक हजार रुपये देंगे क्या? वो तो खिचडी पार्टी है. आपकी पार्टी और हमारी पार्टी दोनो का बहोत पुराना दोस्तीका रिश्ता है. उसके शिवाय प्यार का भी रिश्ता है.

मालक : ये बहुसंख्य पार्टीवाले लोग है ना, वे हमारा एक प्रार्थनास्थळ है, उसके बारे मे बहोत प्रचार करते है. वो जगह बहुसंख्यवाले लोगोंकी नही, हमारी है, ऐसा प्रचार आपकी पार्टी करेगी क्या?

बृहत् पार्टी नेता : जरूर करेंगे, तुम्हारे प्यारे प्यारे व्होट के लिये, प्यार के लिये, प्रेम के लिये, उल्फत के लिये, मुहब्बत के लिये हम और हमारी पार्टी, वेळच पडी तो जानकी कुर्बानी करने के लिये तैयार है। सिर्फ प्यार और व्होट मंगता है. बादमे देखो, तुम लोगोंपर मेहेरबानीका वर्षाव ही वर्षाव करेंगे.

मालक : ठीक आहे. पहिले अॅडव्हान्स का दो करोड रुपये दिजिये. बाद मे हमारा कॅंडिडेट और व्होटर्स जैसा मांगता है, वैसे कॅश पेमेंट करना पडेगा. मंजूर?

बृहत् पार्टी नेता : मंजूर है. सबकुछ मंजूर है.

दुकान : बहुसंख्य जनता पार्टी

मालक : या या! या मार्केटात लाखों रुपयांची उलाढाल सुरू आहे, करोडो रुपयांची उलाढाल सुरू आहे. अल्पसंख्याकांना वाटेल तो भाव देऊन खरेदी केलं जात आहे. मतदाराच्या प्रत्येक मताचा दरही काही ठिकाणी 'पर व्होट तब्बल पाच हजार रुपये, असा झाला आहे. संपूर्ण मार्केटात लाखोंची उलाढाल सुरू आहे, आणि आपण मात्र इथं माशा मारत बसलो आहोत. दुकानाचा खर्च मात्र अंगावर पडतोय.

भागीदार : आपलंच चुकलं. या देशामध्ये बहुसंख्य लोकांचा कैवार घ्यायच्याऐवजी आपणसुद्धा सगळ्या अल्पसंख्य लोकांना सतत खूष करायला पाहिजे होतं, म्हणजे आपल्या पार्टीचंही देशात राज्य आलं असतं.

मालक : आपलं पहिल्यापासूनच चुकलं तरी तोंडी लावण्यापुरते चार-दोन अल्पसंख्य घेतले. मधून मधून समाजवादी पोकळ घोषणाही करून पहिल्या.

भागीदार : परंतु आपल्यावरचा सांप्रदायिकता आणि जातीयता यांचे पुरस्कर्ते म्हणून जो आरोप आहे, तो वाढतच आहे.

मालक : खरं आहे. त्यातच आपण पश्चिम सिंधू सेना या प्रादेशिक पक्षाशी निवडणूक समझोता करून बसलो आहोत. ती पार्टी तर उघड-उघड बहुसंख्य लोकांचं नाव घेऊन त्यांच्यासाठी लढत आहे. एका राज्यात त्यांची-आपली युती आहे. पण इतर राज्यांत आपली गोची होऊन बसली आहे.

भागीदार : तिकडे बृहत् पार्टीचे पुढारी दूरदर्शनवरून रोज सांगतात— 'हमे सांप्रदायिकता के खिलाफ लढना है.' हे आपल्यालाच उद्देशून असतं.

मालक : आपण धड कुणाला विकतही घेऊ शकत नाही. दल-पक्ष मिक्शर पार्टीचे पुढारीसुद्धा तसलेच. वाटेल त्या अल्पसंख्याक आमदार, खासदार यांना कडकडून मिठ्या मारत असतात आणि आपण बहुसंख्य जनता पार्टीचे आहोत म्हणून या बडबड्या पार्टीला आपला विटाळ होतो.

भागीदार : मिक्श्चर पार्टीला वाटेल ते अल्पसंख्य चालतात, अवसानघातकी 'विद्वान' चालतात. पूर्वसागर देसम्-कॉन्फनन्स-ए वतन यांसारख्या प्रादेशिक पार्ट्या चालतात; परंतु आपण मात्र चालत नाही. अगदी डावे-उजवे वामपंथीसुद्धा चालतात.

मालक : 'बहुसंख्यत्व हेच राष्ट्रीयत्व' हा या मार्केटामध्ये न खपणारा माल आपण मांडून बसलो आहोत. पब्लिकची टेस्टच बदलली आहे. त्याला कोण तरी काय करणार?

दुकान : विपक्ष दल

(कोणत्याही पक्षाचे नसलेले स्वयंपुढारी आपापली टेबल-खुर्ची मांडून बसले आहेत. त्यांच्या वतीनं एक माणूस लाऊडस्पीकरवरून बोलत आहे.

विपक्ष पुढारी : राजकीय पक्षांनो, या या; त्वरा करा. आम्हाला आतापासूनच विकत घेऊन ठेवा. आम्ही निवडून आल्यावर, आम्ही तुमच्या बाजूनं मत देऊ. आम्हाला आतापासूनच बुक करून ठेवा. आमदार म्हणून आमचा भाव एक कोटी आहे आणि खासदार म्हणून आमचा भाव तीन कोटी आहे. आम्ही डमी म्हणूनसुद्धा उभे राहू. डमीचा भाव पन्नास लाख रुपये आहे. विरोधकांची मतं फोडण्यासाठी, विभागण्यासाठी आम्हाला उभे करा. निवडणुकीत आम्ही स्वत: पडू आणि विरोधकांची मतं खाऊन त्यांनाही पाडू. असल्या सत्कार्यासाठी आमच्यासारख्या विपक्ष पार्टीच्या जंटलमेनसारखे जंटलमेन कुठंही सापडणार नाहीत, हे पक्कं लक्षात ठेवा. २५ लाख रुपये द्या आम्हाला आणि आम्हाला उभे करा. विरोधकांसह आम्ही आपटू आणि तुम्हाला विजयी करू. विरोधकांची मतं फोडणे याचा आम्हाला उत्तम अनुभव आहे. आम्हाला विकत घ्या.

दुकान : नॉन् आर्यन लोकपक्षम्

स्वामी : वेलकम, वेलकम बृहत् पार्टी लीडर! कशासाठी येणं केलंत?

बृहत् पार्टी पुढारी : आपको पर्चेस करनेका है. तुम्हारी पार्टीका मार्केट मे रेट क्या है?

स्वामी : एम पी का रेट पर एम पी कँडिडेट थ्री करोड है और एम. एल. ए का रेट पर कँडिडेट वन करोड है. इलेक्शन डेट डिक्लेर होने के बाद ये दोनो रेट फँटास्टिक बढेंगे, डबलसे भी जादा होंगे.

बृहत् पार्टी पुढारी : ये देखो स्वामी, तुम्हारा रेट कुछ भी होने दो, हम देनेको तैयार है. बहोत साल हो गये तुम्हारे नाड मे हमारी पार्टी का गव्हर्नमेंटच नही है. इसलिये, आप जो मंगता है, वो हम देंगे.

स्वामी : हमारे स्टेट मे सब जगह हमारी ही लैंग्वेज चलेगी, देश की भाषा नही चलेगी. ये सब मंजूर है क्या?

बृहत् पार्टी लीडर : सब मंजूर है. हमारी पार्टी का गव्हर्नमेंट जिधर जिधर नही है, उधर हमारी पार्टी पानी के समान पैसे खर्च करने को तयार है. 'विषम भूमी' में भी हमारे गव्हर्नमेंट नाही. ककार दलाच्या प्रदेशमे भी हमारा गव्हर्नमेंट नही. हमारा गव्हर्नमेंट बहोत जगह नही. सब जगह हमारे गव्हर्नमेंट आने के लिये हमारी पार्टी करोडो मल्टिप्लाईड लाखो इतना खर्च करने के लिये, एक पाव पर तैयार है.

स्वामी : बहोत अच्छा! तुम्हारा-हमारा वादा पक्का.

मतदारांचा मोठा घोळका. निरनिराळ्या जाती-धर्मांचे लोक, मतदार या नात्यानं आपापले भावफलक हातात धरून उभे आहेत. अल्पसंख्याकांचा भाव प्रत्येक मताला तीन ते पाच हजार रुपये आहे. बहुसंख्यवाले मतदार मात्र पाचशे रुपये डझन, तीनशे रुपये डझन या भावानं मिळतात, हे सर्रास दिसून येत होतं. बोगस व्होटिंग करणारे बाजूला बोलावून आपला पाच हजार, दहा हजार वगैरे रेट सांगत आहेत.

असा हा राष्ट्रीय पोलिटिकल बाजार आहे. निवडणूक जवळ आली की, या बाजारात कोट्यवधी नव्हे, अब्जावधी रुपयांची उलाढाल होते. अनेक आमदार-खासदार यांची खरेदी-विक्री होते. लाखो मतदारही विकले जातात.

या 'राष्ट्रीय पोलिटिकल बाजारा'लाच 'लोकशाही' असं सुटसुटीत नाव आहे. अशा 'लोकशाही'चा जयजयकार असो. पुढल्या निवडणुका लवकर येवोत!

★ ★ ★

६.
९९ चॅनेल्सचा टी. व्ही.

तुमच्या घरात, सर्वांच्या घरांत टीव्ही सर्वांत उशिरा आला. आमच्या घरात तर आणखीच उशिरा आला. आपल्या देशातही टीव्ही एकंदरीत उशिराच आला. मुंबईला आणखी उशिरा आला. अशी उशिरांची मालिका असूनही टीव्हीचा प्रसार झपाट्यानं झाला. टीव्हीला लाखो प्रेक्षक (नव्हे दर्शक) लाभले. हे सगळं असलं; तरी टीव्हीवर फक्त एकच चॅनेल होतं. चॅनेलला वाहिनी असा शब्द तयार करण्यात आला आहे. इंग्लिश स्पेलिंग केलं की उगीचच 'वहिनी' असा उच्चार होतो. मराठीतून वाचतानाही वहिनीतल्या 'व' पुढं चुकून काना पडला असावा, असे वाटते. तर, अशा ९९ वाहिनी किंवा वहिनी टीव्हीच्या अंतर्भागात बसलेल्या असतात. रिमोटमुळे चांगली सोय झाली आहे. बसल्या जागेवरूनच रिमोटच्या साह्यानं संपूर्ण नव्याण्णव बादचा प्रवास आपण पोटातलं पाणीही न हलता करू शकतो.

त्याच त्या मालिका चार-पाच वाहिन्या बदलल्या की पुन: पुन्हा दिसतात. प्रत्येक वाहिनीवर कार्यक्रमाच्या प्रायोजकांच्या जाहिराती असतात. जाहिरातींचा भडिमार असतो. जाहिराती टाळण्यासाठी प्रेक्षक पुढची वाहिनी रिमोटवरून लावतात. त्या चॅनेलवर चम्मत ग चाललेली असते. पण आपलं नशीब रीतीप्रमाणे वाईटच असतं. डोळे सुखावतात न सुखावतात तोच टीव्हीवर जाहिरातींचा मारा सुरू होतो. इतक्या जाहिराती, इतक्या जाहिराती, इतक्या जाहिराती येतात की, पुन्हा ती चम्मत ग गायब होते आणि त्या जागी दाढी-मिशावाला साधू दिसू लागतो, म्हैस दिसते, एखादा मंत्री दिसतो, स्मगलर दिसतो किंवा कुत्रातरी दिसतो. रिमोटनं चॅनल बदललं की, भक्तिरसप्रधान चित्रपट दिसतो. नाराजी व्यक्त करत वाहिनी बदलली की, पोहताना ती तंग कपड्यांत दिसते न दिसते तोच ती आणि आपण यांच्यामधून एक मालगाडी जात असलेली

दिसते. मालगाडीचे पन्नास-साठ डबे संपता संपत नाहीत. डबे संपल्यावर बरं वाटतं. पण कसलं डोंबलाचं बरं वाटतं? तोपर्यंत त्या जलपरीनं ते कपडे (नगण्य) बदलवून अंगभर कपडे घातले आहेत, असं दृश्य पाहिल्यावर असंख्य प्रेक्षकांची केवढी घोर निराशा होते. असं सांगतात की, असलाच सीन एका हिंदी सिनेमात होता. बेअकलसिंग तो सिनेमा नित्यनेमानं बघायचा. थेटरच्या डोअरकीपरच्या लक्षात ही गोष्ट आली. त्यानं बेअकलसिंगला विचारलं, "रोज रोज कशाला हा सिनेमा बघता?" तेव्हा सिंग म्हणाला, "फक्त एका सीनसाठी येतो. ती तरुणी जवळजवळ पूर्ण उघडी होऊन तलवात उतरणार एवढ्यात मालगाडी येते. डबे संपेपर्यंत तिचं आटोपलेलं असतं. तिनं अंगभर साडी नेसलेली असते."

"हे दृश्य रोज असंच दिसणार—पुन्हा पुन्हा कशासाठी येता?"

"त्याचं कारण आहे. हमारी यह जो. एन्. डब्ल्यू. रेल्वेकी मालगाडी है ना, वह कभी ना कभी लेट आयेगी, उस दिन मुझे उस सुंदरीका पूरा दर्शन होगा."

मालगाडी गेली, टीव्हीवर जाहिराती सुरू झाल्या. एक, दोन, तीन, पंधरा, सतरा, एकवीस जाहिरातींनी सारा टीव्ही आक्रमून टाकला होता. म्हणून दुसरं चॅनेल सुरू केलं. तो आणि ती यांचा गवताळ जमिनीवर एकमेकांच्या अंगावर पडणं आणि लोळणं, हा अप्रतिम कार्यक्रम बघून मनाला बरं वाटू लागायच्या आत गजकर्णाच्या मलमाची जाहिरात दिसू लागते. आणि पुढं छळ सुरू! इथंछळ या शब्दाचा अर्थ एकापाठोपाठ एक पाच-पन्नास जाहिराती.

घरोघरी हे असंच सुरू असतं. टीव्हीवरचा असाच एक दिवस मी सादर करत आहे. आता एक गोष्ट लक्षात ठेवा. मी एकाखाली एक सरळ लिहीत जाणार आहे. पहिलं लिहून झालं की त्याखाली ● असं गोल भरीव शून्य काढणार आहे. टीव्हीवरचं हे दुसरं संपलं की पुन्हा हे असलंच भरीव '●' शून्य. चॅनेल वाटेल ते असेल. कारण हातातल्या रिमोटनं मी बदलत राहणार आहे. हिंदी-मराठी सिनेमा, गाणं, जाहिराती, बातम्या, नृत्य, पोहणं, बेडसीन, मारामाऱ्या, ऑपरेशन, बलात्कार, राम-सीता-लक्ष्मण दंडकारण्यात, द्रौपदी वस्त्रहरण, आधी लगीन कोंडाण्याचं, असंख्य जाहिराती, डिस्कव्हरी चॅनेल, नॅशनल जिऑग्राफी चॅनेल, मधेच तमिळ डान्स वगैरे एकसारखं बघत राहणार. प्रत्येक ठिकाणी ● असं दिसलं की, तो सीन संपला असं समजा.

टीव्ही सुरू

(रिमोट माझ्या हातात)

'मंगल प्रभात : घनश्याम सुंदरा, श्रीधरा...

काय तुम्ही गजकर्णानं हैराण झाला आहात काय? तुमची लाडकी पत्नी खरूज खाजवून-खाजवून बेजार झाली आहे काय? मुलाच्या डोक्यामध्ये नायटे झाले आहेत काय? मुलगीही आणखी एखाद्या चर्मरोगानं हैराण झाली आहे काय? सर्वांवर एकच रामबाण उपाय— 'गेंडा छाप मलम' वापरा; गजकर्ण कधी गेलं कळणार नाही. आजच मोठी बाटली खरेदी करा.

●

...अरुणोदय झाला. उठी लवकरी वनमाळी उदयाचळी मित्र आला...

बेटी, तुम्हारी शादी का रिश्ता मैने पक्का किया है. खुशी मनाओ.

पिताजी, मुझे यह रिश्ता मंजूर नही.

बेटी, अपने शहरमे बडे असामी झुंबरलाल है ना, उनका लडका चंपकलाल है. चंपकलाल के साथ तुम्हारी शादी होनेवाली है. बहोत भारी स्थळ मिला है. (मराठी प्रचुर हिंदीकडे दुर्लक्ष करा. कारण, तुम्हाला कळावं म्हणून अस्सल हिंदी न लिहिता बाळबोध हिंदी लिहीत आहे.)

मै हरगीज शादी नही करुंगी! चंपकलाल गवार (मूर्ख) आदमी है.

गवार होने दो, भेंडी होने दो, फ्लॉवर-कोबी होने दो, नही तो मेथी-चवळी जैशी कोई भी पालेभाजी होने दो; तुम्हारी शादी चंपकलालसे ही होगी.

●

हमेशा सफाचट साबूसेही बिगरजरुरी केश निकालो. लाखो लोकोने सफाचट साबू का इस्तेमाल किया है. सिर्फ आप बाकी है.

'लंबेकेश' महिलाओं की पहली पसंदी है. जितने लंबे, मुलायम और काळे कुळकुळीत केस आपको चाहिये वह हमारे पास तय्यार है. रेडिमेड लांबलचक केश जो आपकी कमरतक और उसके नीचे भी पहुंचते है. 'लंबेकेश' खरीदिये और केशवर्धक तेलोंपर खर्च होने वाले शेकडो रुपये बचाईये.

काय - तुमची बायको एकसारखी बडबड करते?— अगदी झोपेतसुद्धा? हरकत नाही. तिला प्रेमानं चुपचाप च्युइंग 'गम' द्या. तासभर बोलणं बंद. तासानं पुन्हा च्युइंग गम द्या. चुपचाप च्युइंग गममुळे हजारो घरात तासन्तास शांतता,

स्तब्धता नांदत आहे.

सिर्फ एक पेन्सिल खरीदिये और मार्सिडिझ बेंझ कार के मालिक बन जाईये. हमारी सुप्रसिद्ध 'विद्यालक्ष्मी' पेन्सिल खरीदनेवाले शेकडो लोगोंको मर्सिडिझ कार मिली है. विद्या और लक्ष्मी दोनों का लाभ देनेवाली विद्यालक्ष्मी पेन्सिल आजही खरीदिये. ऐसा मोका पुन्हा पुन्हा नाही आता. चलो, खरीदिये.

●

शकू, मी तुझा बाप—आजारी, कॉटवर पडून आहे. मी कामधंदा करू शकत नाही. तुला मात्र नोकरी करून घरप्रपंच चालवावा लागतो. तुझं लग्नही लांबणीवर पडत चाललं आहे.

बाबा, माझी काळजी करू नका- तुम्ही लौकर बरे व्हा. जास्त बोलू नका, असं डॉक्टरांनी सांगितलं आहे ना. हं, ही घ्या औषधाची गोळी. आता पाणी घ्या. मी मऊ भात आणि गोड वरण कालवून आणते. (हेही स्वस्तातलं) (सोज्ज्वळ कुटुंबवत्सल मराठी चित्रपट कोणत्या तरी चॅनेलवर सुरू आहे. मराठी सिनेमामधलं आजारपण फारच आटोपशीर, सुटसुटीत असतं. एक सिंगल साईजची कॉट, बाजूला स्टूल, त्यावर पाण्याचा तांब्या आणि फुलपात्र अन् औषधाच्या गोळ्यांच्या पुड्या. बस्स! याच्यापेक्षा जास्त परवडतच नाही. मराठी सिनेमाला हिंदी सिनेमासारखी मोठमोठी ऑपरेशन्स, प्रचंड हॉस्पिटलं परवडत नाहीत. म्हणून वरील सुटसुटत आजारपण नेहमी दाखवलं जातं.)

●

(हे मिळमिळीत दृश्य झाल्यावर दुसरं चॅनल सुरू. कशाचाही कशाला संबंध कसा असणार? कुठं मराठी चित्रपट आणि कुठं उघडेवाघडे एम टीव्हीवरचे डान्स? डोळे मघापासून म्हणत होते, 'एम टीव्ही' लावा, 'एम टीव्ही' लावा, निदान 'व्ही' चॅनेल तरी लावा. लागला 'एम टीव्ही'च!)

तीनशंभरांश किंवा फार तर चारशंभरांश एवढ्याच शरीराचा भाग झाकला आहे आणि बाकी अनावृत्त आहे अशा २५-३० गौरांगी युवती बेधडक नाचत आहेत... डोळे सुखावतात तोच... दुसऱ्याच क्षणी...

●

कपडे पांढरे शुभ्र होण्यासाठी आमची व्हाईटेस्ट डिटरर्जंट पावडर वापरा. आपापल्या पावडरीची जाहिरात करताना पांढऱ्या शुभ्र साड्या, फ्रॉक वगैरे कपडे अगोदर आमच्याच डिटरर्जंट पावडरीनं धुतात आणि मग जाहिरातीत दाखवतात. सर्व उत्पादकांच्या पांढऱ्या शुभ्रपणाचं रहस्य आमच्या व्हाइटेस्ट डिटरर्जंट पावडरमध्ये दडलं आहे.

चाप्सी खोला आणि खोका खोला या जाहिरातींचा मारा सुरू होतो म्हणून चॅनेल बदललं.

•

माँ, मुझे भूख लगी है. खाने को कुछ दो.

यह लो गाजर का हलवा और आलूका पराठा.

(हीरो गाजर का हलवा बकाबका हादडतो.)

•

माँ, कैसे कहूँ? वे टिंब टिंब दिन हर महिनेमे आते है ना...

समझ गयी बेटी. उन दिनोमे तू हमेशा टिंब टिंब का इस्तेमाल करती जा.

मेरी सलाह सुनिये. आप मेरे पती है. लेकिन आपका बाहेरख्यालीपन है ना, वह कभी ना कभी गोतेमे लाअेगा.

मै पती हूँ, पुरुष हूँ. मै हररोज रातको किधर ना किधर शेण खाने को जाऊंगा. मुझे रोकनेवाली तुम कौन है?

आपके अच्छे के लिये बोलती हूँ. आपके लिये मेरा दिल तिळ तिळ तिळ तुटता है. मुझे ऐशी डर लगती है की एक दिन आपको एड्स की बिमारी शुरू होगी.

बकवास बंद कर. मुझे कुछ नही होगा.

कमसे कम कंडोम का उपयोग तो किजिये. वैसा करेगा तो एड्स नही होगा.

•

(महाराजांचं प्रवचन सुरू आहे)

भगवान श्रीकृष्ण सांगतात, 'कर्मण्येवाधिकारस्ते मा फलेषु कदाचन.' कर्म

करा, पण फळाची आशा मनात बाळगू नका. कंडोमयुक्त टिंब टिंब म्हणजे फळाची आशा न धरता केलेलं कर्म. यालाच निष्काम कर्म असं म्हणतात.

●

मै तुझे नही छोडूंगा. हीरो तुमको अच्छा लगता है क्या? मुझे तुम व्हिलन कहती है क्या? तुम हिरोइन है. अच्छा प्रेम का ट्रँगल जम गया. बरी मेरी तावडीमे सापड गयी है. अब मै तुम्हारे उप्पर बलात्कारच करूंगा.

वैसा मत कर. मुझे छोडो.

ए हिरोइन, हरि और व्हिलन मे फरक जादा नही. जिस पुरुषने किया हुआ फाजीलपणा और अंगलट हिरोइनको आवडती है, उस आदमी को हीरो कहा जाता और जिसने किया हुआ फाजीलपणा और अंगलट हिरोइनको आवडती नही, उस आदमी को व्हिलन कहा जाता है.

छोडो छोडो! मेरी अब्रूपर घाला मत डालो.

(पदर खाली पडून ब्लाऊज फाटणार एवढ्यात)

●

तुमचे बूट चकाचक चमकले पाहिजेत. नेहमी 'ऑरिस्टोक्रॅट' बूट पॉलिश वापरा.

आमटी और भाजी चवदार होने के लिये सुरुची मसाला का उपयोग कीजिए. यह मसाला अमेरिका मे भी एक्सपोर्ट होता है. उधर व्हाइट हाऊसमे सुरुची मसालाही आमटी, भाजी तथा चटनिया-कोशिंबिरियोंमे इस्तमाल किया जाता है. इस मसालासे पतिपत्नी प्रेम दृढ हो जाता है. कारण पत्नीका स्वयंपाक कभी बिघडताही नही. कारण सुरुची मसाला!

ओन्ली 'चेअरमन' स्पेशल! ओन्ली नेम इज सफिशियंट!

●

आजच्या ठळक बातम्या : काश्मीर प्रश्न आणि बेळगाव-सीमा प्रश्न यांवरील परिसंवाद. काश्मीर प्रश्नाचा त्रेपन्नावा वर्धापनदिन आणि बेळगाव प्रश्नाचा चाळिसावा वर्धापन उत्साहानं साजरा. दोन्ही प्रतिस्पर्ध्यांना कडक शब्दांत शाब्दिक

इशारे देण्यात आले.

"कर्नाटक आणि तमिळनाडूचा एकत्रित असा मुख्यमंत्री मला करणार असाल तर, राजकुमारला सोडतो" वीरप्पननं ही नवीन मागणी असलेली ऑडिओ टेप गोपाल यांच्या मार्फत पाठवली.

"सहा महिने सोनिया काँग्रेसचा मुख्यमंत्री आणि सहा महिने राष्ट्रवादी काँग्रेसचा मुख्यमंत्री असला पाहिजे," असा मगन वाचबळ यांनी आग्रह धरला असल्याचं समजतं.

"फसवून वीस स्त्रियांवर वेळोवेळी बलात्कार केलेले प्रसिद्ध लोकल पुढारी टिंबं टिंबं यांची सबळ पुराव्याच्या अभावी निर्दोष मुक्तता करण्यात आली. निर्दोष मुक्ततेबद्दल श्रेष्ठींनी त्यांचे फोनवरून अभिनंदन केलं, असंही समजतं.

●

"नका गड्डे माझ्याकड्डे, पुन्ना पुन्ना पाहू, लाजरीच्या रोपट्याला, दृष्ट नक्का लावू"

गानकोकिळा, स्वरसाळुंखी, गायनमयूरी, प्रतिलता, प्रतिमाधुरी छबूताई दातपुढे यांचं भावगीतगायन सुरू आहे. गाणं वाईट की, दिसायला वाईट, या दोन वाईटांमध्ये स्पर्धा सुरू होती. या गानचंद्रिका, गीत ज्योत्स्ना, दातपुढेबाई मोठ्ठ्याची बायको असल्यामुळे टीव्हीवरून प्रेक्षकांचा छळ सुरू होता. रिमोटवरून पुढचं चॅनेल. छळ बंद.

●

दोन जपानी मल्लांची दोन रेड्यांसारखी झुंज.

(चॅनेल बदललं)

●

बेटा न्यूज मराठी : जयललिताच्या भेट म्हणून आलेल्या साड्या मोजण्याचं काम सुरू आहे. आतापर्यंत सात हजार आठशे त्र्याण्णव साड्या मोजून झाल्या आहेत. उरलेल्या साड्या मोजून पूर्ण व्हायला आणखी सुमारे आठ तास लागतील, असं समजतं.

जलबीरसिंग या प्रख्यात जलतरणपटूनं काल सतत सलग बारा तास पाण्याखाली राहाण्याचा विश्वविक्रम केला. या बातमीत पुढं असं म्हटलं आहे की, जलबीरसिंग यांची अंत्ययात्रा उद्या सकाळी आठ वाजता निघणार आहे.

थापांच्या स्पर्धेत, 'समाजवादी पक्षातील तीनशे अनुयायी समाजवादी पक्ष सोडून अन्य पक्षात गेले' ही सर्वोत्तम थाप ठरून त्या थापेबाजास एक हजार रुपये रोख बक्षीस जाहीर करण्यात आलं.

यानंतरच्या बातम्या जाहिरातीनंतर...

•

परदेशी पाहुण्यांना टिंबं टिंबं घाटावर नेण्यात आलं, ही बातमी आणि बापाकडून खंडणी या बातम्या...पण...जाहिरातीनंतर.

-नोकरी मिळाली. माझे चकाचक चमकदर बूट पाहून साहेब खूष झाले. मी इंटरव्ह्यूत लगेच पास झालो. एक्झिक्युटिव्ह ऑफिसर झालो. मी या यशाचं श्रेय चकाचक बूट पॉलिशलाच देतो.

-सर्दीमुळे तुमचं नाक सतत गळतं काय? तर, मग ब्लॉटिंग सुरळी गळणाऱ्या नाकुपडीत ठेवा. नाकातला द्रव शोषून घेतला जातो. ब्लॉटिंग सुरळी हा एक सुरक्षित उपाय आहे.

-उरलेल्या बातम्या :

-तिथं पाहुण्यांनी टिंबं टिंबंच्या समाधिस्थानावर पुष्पचक्र वाहिलं. तेव्हा परदेशी पाहुणे म्हणाले, "ही वॉज दि फर्स्ट सिटिझन ऑफ दि वर्ल्ड."

-एका मुलानं आवाज बदलून आपल्या बापाकडेच पाच लाख रुपयांची खंडणी मागितली.

•

अंताक्षरी :

-आओ प्यार करे हम.... म

-मुझे प्यार की पास लगी...ग

-गगन मे उड गया प्यार का पंछी....छ

-छोटीसी बात मुझे करना है...ह

-हम तुम एक बाकडे पे बैठ जाय...य

-यह बिल किसको दूँ...द
-देवर मेरे प्यारा है...ह

•

<u>अरण्यकांड</u>

-यह है वाघ. ये जंगली वाघ है. इस लिये उसको चार चार पाव और एक शेपूट होता है. शहर मे जो वाघ होते है वे वाघ मनुष्य के समान होते है. वे वाघ बोल भी सकते है. शहरमे रहनेवाले वाघोंका नाम मोहन, चंद्रशेखर वगैरे होता है.

मनुष्य प्राणियोमे वन्य पशू- पक्षियोके नाम धारण करनेवाले बहोत है. जैसे— रामचंद्र लांडगे, अण्णासाहेब कोल्हे, केशवराव गायकर, श्रीपती बकरे, वगैरे.

•

धोबीघाट सुरू :

-हमारी यह पावडर अजोड है. नंबर वन पावडर है. सिर्फ श्री **xxx** (अेक्स) पावडरही खरीदिये.

-सिर्फ हमारी डिटर्जंट पावडर ही सबसे जादा प्रभावी है. इस पावडरसे धोया हुआ शर्ट सूरज के बाजू मे रखेंगे तो शर्ट जादा सफेद दिखता है और सूरज जरासा फिक्का दिसता है.

-कपडोंकी सर्वोत्तम पावडर यँव त्यँव है. इस दुनियामे और आजूबाजूके बुध, मंगळ, शुक्र आदी ग्रहोंपर भी इतनी परम प्रवाही डिटर्जंट पावडर नही. एक ग्रॅम पावडरसे आपके कपडे सफेद सफेद शुभ्र धो सकते है.

-हमारे डिटरर्जंट पावडर और साबूकी वडी सिर्फ अपने देशमे नही तो पूरे दक्षिण आशिया खंड और मॉरिशसमे महशूर है.

-हमारी डिटरर्जंट पावडर, उपर वाले के पास जानेके समय, हमारे पिताश्रीने अपने साथ स्वर्गलोक मे लिया था. देवलोकोके कपडे भी पांढरे शुभ्र दिखने लगे.

-हमारी डिटरर्जंट पावडर नंबर वन पावडर है. अपनी संपूर्ण सूर्यमाला में इतनी अच्छी पावडर किधर भी नही. ना गुरू ग्रहपर या ना शनी ग्रहपर.

•

मराठी कविसंमेलन :
मी आहे परमेश्वराचा खापरपणजा
परमेश्वर आहे माझा खापरपणजातू
माझ्या पणतूनं त्याचं नाव परमेश्वर ठेवलं
म्हणून त्याला सर्व जण मानतात.

●

जुलाब फार होतात काय? जस्ट ए मिनिट! ही गोळी पाण्याबरोबर घ्या! जुलाब ताबडतोब थांबतील. नाही थांबले तर जावं लागेल तेव्हा जाऊन या. जाणं थांबलं की, जुलाबाची गोळी लागू पडली, असं समजा.
---तोंडाला चव नाही काय?
---आमचं लोणचं घ्या.
-शेव्हिंग सोपमध्ये दि बेस्ट! किंग ऑफ शेव्हिंग सोप : नुस्ता फेस लावला तरी दाढी तुळतुळीत होते. ब्लेडचा खर्चच वाचतो.

●

शास्त्रीय संगीत :
सखी मोरी, सखी मोरी, सखी मोरी,
मोरी मोरी मोरी, सखी सखी मोरी
मोरी सखी सखी मोरी मोरी मोरी मोरी
मोरीचं काय झालं, कुणास ठाऊक? ती फुटली की तुंबली? एकसारखं मोरी-मोरी करतोय!

●

ठळक बातम्या :
नेहमी स्वत:च्या हिमतीवर क्रिकेटची मॅच हरणारे खेळाडू जोडीलाच लाखो रुपयांचा मलिदा हडप करणाऱ्या खेळाडूंनी या मॅचमध्ये हरण्याची दीर्घ परंपरा पुढं सुरू ठेवली आहे. मॅच फिक्सिंगमुळे आणखी बरे दिवस आले आहे आहेत, असं खासगीत बोललं जातं. ज्यामुळेही गडगंज पैसे मिळतात आणि पूर्वनियोजित

पराजय झाला तर गडगंजपेक्षाही अधिक पैसे मिळून जातात.

●

-लालालाला! पिरिल साबण लावून स्नान चालू.

-नितळ अंगकांतीसाठी रुक्साना साबण वापरा.

-मी बक्स साबण लावून रोज अंघोळ करते म्हणून माझी त्वचा, मऊ, नितळ, गोरी पान, नाजुक अशी आहे. 'बक्स' म्हणजे स्वत: हा साबण नेहमी लावून आंघोळ करत असते.

-माझ्या नितळ अंगकांतीचं रहस्य 'दंतूर' साबण... आणखी ५५ साबणांच्या जाहिराती.

●

विनोद :

राम : श्याम, तुझ्या टीव्हीचा पडदा इतका पांढरा शुभ्र कसा काय दिसतो? रहस्य काय याचं?

श्याम : राम, कसलं डोंबलाचं रहस्य? गेला अर्धा तास टीव्हीवर डिटरर्जंट पावडरी, साबण आणि अंगाचे साबण यांच्या जाहिरातींचा धो-धो-धो वर्षाव होत होता. म्हणून टीव्हीचा पडदा पांढर शुभ्र दिसतो. मधेच 'मनीपाल', 'लिक्विड नीळ' आणि 'स्टेन रिमूव्हरच्या जाहिरातीही झळकून गेल्या. म्हणून आमचा पडदा झळकतोय.'

●

धृतराष्ट्र : हे पुत्र दुर्योधन, यह सब क्या हो रहा है?

दुर्योधन : पिताश्री, कुछ नही. हम और पांडव बच्चे-बच्चे खेल रहे है.

धृतराष्ट्र : खेलो खेलो! परंतु आपसमे भांडाभांडी मत करो. दु:शासन तुमभी खेळीमेळीसे खेलो.

(स्त्रीच्या रडण्याचा आवाज)

धृतराष्ट्र : यह सब क्या हो रहा है? स्त्रीका रोने का आवाज किधरसे आता है?

दु:शासन : पिताश्री, यह ध्वनी द्रौपदी वहिनीजींका रोने का है. मत रो, ऐसा

उसको कहा, परंतु वहिनीजी सुनती ही नही.

धृतराष्ट्र : यह सब क्या हो रहा है? द्रौपदी का रोनेका कारण क्या है, यह जानने के लिये मेरे कर्णकमल परम उत्सुक है.

दुःशासन : द्रौपदीवहिनी की साडी मै ठाकठीक कर रहा हूँ. लेकिन उसको ऐसा लगता है की, उसकी साडी भर राजसभामे फेड रहा हूँ. खालीपीली कांगावा करती है. खात्री करने का है तो बंधुश्री दुर्योधनश्रीको पूछिये.

धृतराष्ट्र : यह सब क्या हो रहा है? हे सुपुत्र दुःशासन द्रौपदी बहू की साडी तुम किस लिये ठाकठीक कर रहे? उसके एक छोडकर पाच पती यहाँही है ना? उनको बोलो.

दुर्योधन : पिताश्री, द्यूत मे पांडव हार गये. इस लिये पाचही पांडव मान नीचे डालकर चूपचाप बैठ है.

धृतराष्ट्र : यह सब क्या हो रहा है? पांडव द्यूत मे हरना असंभव है.

दुर्योधन : गांधार नरेश शकुनी मामाश्रीने लांडीलबाडी करके उनको हराया और हमारे दास बनाया.

धृतराष्ट्र : यह सब क्या हो रहा है? जिजाजी गांधार नरेश शकुनी महोदय, लांडीलबाडीसे द्यूत खेलना अधर्म है....

•

अंगणगीते :
अंगणात चाले दुडूदुडू बाळ
हरकले बघा सारे गोकुळ
(आणखी अंगणावरची गाणी ऐका.)
अंगणात फुलल्या जाई जुई
माळा, गजरे करतेस गं आई
अंगणात आल्या गाई म्हशी
सडा घालाया दिल्या शेणराशी
हमारे अंगन मे, तेरा क्या काम है?

•

दशरथ : परमप्रिय कैकेयी बोल, तुमको क्या मंगता है? मै देनो को एक

चरणकमलपर तयार हूँ.

कैकेयी : शिल्लक मे रखे हुए दोन वर थे ना, वे दोनो वर आज मुझे दीजिये.

दशरथ : प्रियतमे, दे दिया.

कैकेयी : इतने साधे वर नही! पहिले वर से रामको वनवास भेजो और दूसरे वर से भरतको अयोध्याका राजा करो.

दशरथ : कैकेयी, यह सुनकर मुझे मूर्च्छा आ रही है. मूर्च्छासे पूर्ववत शुद्धीपर जब जाऊंगा तब इन दोनो वरोंपर चर्चा करेंगे. थोडीशी मोकळी जगह दो. मुझे जमीनपर निद्रा जैसे अवस्थामे पडकर मूर्च्छित होना है.

•

(हिंदी सिनेमातला मालक-कामगार लढा. कामगारपुढारी तावातावानं कामगारांपुढं भाषण करत आहे.)

पुढारी : आज कामगार पिळला जा रहा है. इस पिळला जाणे की जबाबदारी भांडवलदार, पूंजीपती गिरणी मालक के उप्पर है. कामगार हजारो मीटर कापड गिरणी मे तयार करते है. यह सब कापड कहाँ जाता है? कामगार के बच्चोके लिये लंगोटी मिलना भी मुश्कील है. आज कामगार पिळला जा रहा है. कामगारोंका पगार कमसे कम दुप्पट होना चाहिये. महंगाईभत्ता तिप्पट होता चाहिये. घरभाडेभत्ता चौपट होना चाहिये. आज की पगार मे कामगार पिळला जा रहा है. पिळला जानेवाले कामगारोंकी पिळवणूक कमी होने के लिये उनको प्रत्येक आठवडे मे सिर्फ चार दिन ही काम दीजिये. पिळला जानेवाले कामगारोको हप्ते मे तीन दिन विश्रांती की सक्त जरूरत है. पिळला जानेवाले कामगारोंको....

•

कीर्तन चालू

-तुका म्हणे ऐसे संत, जिते घालावे मातीत। तुकोबा म्हणतात, ते आता तुम्ही ऐकलं आहेच. मी म्हणतो मातीत घालू नका. शेतातली माती खराब होईल. आलेलं पीक खलास होईल. म्हणून त्यांना परदेशामधल्या समुद्रात नेऊन बुडवावं. ही पीडा इकडे नको. संत कसा असावा, 'जे का रंजले गांजले, त्यासी म्हणे जो आपुले, तोचि साधू ओळखावा, देव तेथेचि जाणावा' त्यालाच संत म्हणावे.

●

सगळ्याच चॅनेल्सवर आध्यात्मिक साधूंचा सुळसुळाट झाला आहे. जो-तो गचकन् ब्रह्मज्ञानालाच हात घालून प्रवचनं करतो. चॅनेल बदललं तरी दुसरे महाराज तयार. पुन्हा चॅनेल बदललं. पुढच्या चॅनेलवर तिसरे महाराज तयार.

प्रवचन चालू. महाराज गीतेवर बोलत आहे. भक्तजनो, भगवान श्रीकृष्णजी अर्जुनजीसे कहते है की, 'हे पांडुपुत्र अर्जुन, मेरे और तुम्हारे पिछले जन्म बहुत हो गये है. परंतु हे पार्थ, मैं सभी पूर्वजन्मोंको आठवू सकता हूँ और तुम नही आठवू सकते. श्रीकृष्णजी कहने लगे, ''बहूनि मे व्यतीतानि जन्मानि तव चार्जुन''! हे धनंजय, मैने बहोत 'मे' महिने देखे है (बहूनि 'मे' व्यतीतानि) और तुम्हारा जन्म (जन्मानि तव) 'चार जून' (चार्जुन). तुमने इस वर्षका मे महिना भी देखा नही था. चार दिन लेट तुम्हारा जन्म हुआ था..

वा रे प्रवचन!

●

"दरोडेखोर लौकरच सापडतील."

मुख्य पोलीस अधिकारी पत्रकार परिषदेत बोलत आहेत. ते सांगत आहेत, दरोडेखोरांनी बँकेतून ७५ लाख रुपये लुटले आहेत, आठ दिवस तपास चालू आहे. गुन्हेगार लोक पहिल्या दिवशी शहराचे बाहेर गेले नव्हते. दुसऱ्या दिवशी राज्याच्या बाहेर गेले नव्हते, तिसरे दिवशी देशाच्या बाहेर गेले नव्हते. चौथ्या दिवशी असा अंदाज वर्तवण्यात आला आहे की, गुन्हेगार अद्यापि दक्षिण आशियातच असावेत. एक किरकोळ अडचण अशी आहे की, गुन्हेगार दक्षिण आशियातील पश्चिमेकडच्या देशांत आहेत की पूर्वेकडच्या देशांत आहेत? दरम्यान, एका गुन्हेगाराच्या पायातली एक चप्पल सापडली असून दुसरीही लौकरच सापडेल, असा विश्वास प्रकट करण्यात आला आहे. कारची नंबर प्लेटही मिळाली. पण ती आर. टी. ओ. ने दिलेली आहे की खोटी आहे, याचं निरीक्षण चालू आहे...(बदलू या चॅनेल)

●

भजनी गौळणीचा कार्यक्रम.

सर्व सामूहिकरीत्या कर्कश आवाजात गातात. त्यामुळे प्रचंड ध्वनिप्रदूषण आणि चुकीचे शब्द ऐकू येणं सुरू आहे. कामगार वस्तीतल्या त्या भजनी मंडळींचा कार्यक्रम आहे.

वारियाने कुंडल हाले,
डोळे मोडीत राधा चाले.
राधेला पाहुन भुलले हरी
बैल दोहितो आपुले घरी....

ही गौळण पुढीलप्रमाणे ऐकू येत होती— गोंगाटामुळे.

“गारव्याने बंडल गेले
डोळे मारत राजा चाले
डोळे मारत राजा चाले
राधेला पाहून पळले हरी
बैल धावतो आपुल्या घरी.

•

हिंदी मालिका : सहस्त्रधारा

धारावाहिक मालिका : धारा क्रमांक ७७७

शोभा : आकाश, तुम मेरा पीछा छोडो.

आकाश : शोभा, इतनी कठोर मत होना. ‘सहस्त्रधारा’ मालिका के पहिले एपिसोडसे आज तक याने ७७७ एपिसोड तक मै सिर्फ तुमपरही प्यार कर रहा हूँ.

शोभा : आकाश, शुरू के दस-पंधरा एपिसोड तक ठीक था, लेकीन अब तो पीछा करना छोडो.

आकाश : शोभा, मै तुम पर प्राण पलीकडे ऐसे उच्च प्रतीका प्यार करता हूँ.

शोभा : लेकिन दिखाई नही देता.

आकाश : शोभा, प्राण के पलीकडे है- अलीकडे नही. बीचमे प्राण है. प्राण जाने के बाद अलीकडका प्रेम दिखाई पडेगा.

शोभा : आकाश, तुम दुसरी लडकी देखो.

आकाश : तुम्हारा प्रेम का झरा क्या आट गया?

शोभा : आकाश, ‘सहस्त्रधारा’ के ५५५ वे एपिसोडमे मे मेरे जिंदगी मे विशाल नामक एक देखणा तरुण आ गया. उसकी और तुम्हारी तुलना हरगीज नही

हो सकती. ५५५ एपिसोडसे ७७७ वा एपिसोडतक मै उसके साथही रहती हूँ.

आकाश : शोभा, मेरा प्रेमभंग करके, तुमने मेरे दिल के टुकडे टुकडे कर दिये. अब मै यह दिल किस को दूँ? एक दिल के टुकडे हजार हुए, कोई, यहाँ गिरा कोई वहाँ गिरा.

●

मी चॅनेलमागून चॅनेल बदलत असतो. टीव्हीच्या पडद्यावर एका पाठोपाठ एक चित्रविचित्र दृश्यं दिसू लागतात. आता फटाफट एकेक वाहिनी बदलत राहतो. जेमतेम काही सेकंदांतच—पाचसहा सेकंदांतच एकेक वाहिनी उडवतो. अगदी एकपासून नव्याण्णव चॅनेलपर्यंत. हातातल्या रिमोटवर बोट ठेवून कचक् कचक् कचक् कचक् असा आवाज काढत रिमोट सुरू आहे. अशा वेळी प्रत्येक चॅनेलवर काय काय दिसतं, ते मजेशीर असतं— बघू या आता.

-भगवान ने कहा, आत्मा अमर है- नैनं छिन्दन्ति शस्त्राणि.

-तेरे मेरे बीच मे कैसा यह बंधन

-भाद्रपद महिनेमे कुत्तोंका समागमकाल होता है.

-तुझी माझी प्रीत एकदा कधी घडंल घडंल,

-घटनेच्या चौकटीत राहून चर्चा करायला तयार.

-माँ, मै बी. ए. परीक्षामे फर्स्ट क्लास फर्स्ट आया हूँ.

-पुरे झाल्या एप्रिल-ऑक्टोबरच्या वाऱ्या.

-कुत्ते, कमीने, हरामजादे (बरोबर! धर्मेंद्रच)

-तातडीने ५ कोटींची मदत जाहीर केली.

-क्रिकेटवालोके घरपर इन्कम् टैक्सवालोकी धाड

-तुझ्यामुळे मी झाले आई.

-ठरवून दुसऱ्यांदा आपला क्रिकेटमध्ये पराभव.

-टिंब टिंब घाटपर पुष्पमाला समर्पित किया.

-गिव्ह हर ऑर हिम व्हूम यू लव्ह

-सुऱ्यानं भोसकलं. गुन्हेगार फरारी. तपास चालू.

-प्रचंड आग. आगीचं कारण अजून कळलं नाही.

-हम तुम एक कमरेमे बंद हो जाय---

-यू आर फूल! रास्कल.

-दोनो का प्यार हो गया.

-कुछ कुछ होता है.
-कौन बनेगा करोडपती
-पाणी तुंबल्यामुळे वाहतूक बंद.
-ए तुझ्या--- काय म्हणावं रे फुकनीच्या...
-काठेवाडी घोड्यावरती.
-योग : चित्तवृत्ति निरोध.

रिमोट बदलत राहावं. एक ना धड नव्याण्णव वाहिन्या, असा प्रकार पाहायला मिळतो. समोरच्या टीव्ही पडद्यावरच्या चालू दृश्याचा वैताग आला, की चॅनेल बदलावं. पुन्हा नवा वैताग. वैतागात चेंज करायला टीव्हीवर बराच वाव असतो. तेवढाच दिलासा!

★ ★ ★

७.

तो-देश

'तो-देश' म्हणजे तो-देश. हे एका देशाचं नाव आहे. बांगलादेश, ब्रह्मदेश तसाच हा तो-देश आहे. हा देश कुठं आहे? ते गुपित आहे. तुम्हीच शोधून काढा. हा देश, तो-देश यांपैकी हा 'तो-देश' नाही. तो-देश ग्रेट आहे. त्या देशामध्येही लोकशाही आहे. जगात अनेक देशांमध्ये लोकशाही आहे. जगात अनेक देशांमध्ये लोकशाही पद्धतीची राज्यव्यवस्था असण्याची फॅशनच पडून गेली आहे. त्याला आपण तरी काय करणार? रशियामध्येसुद्धा एक व्यक्ती अनुवर्ती लोकशाही होतीच. चीनमध्येसुद्धा जवळपास तसल्याच पद्धतीची लोकशाही आहे. धर्माधिष्ठित पाकिस्तानातसुद्धा लोकशाहीच आहे. या पोलिटिकल फॅशनपुढं कुणाचंच काही चालत नाही. तो-देशमध्येही लोकशाहीच आहे. 'प्रजासत्ताक तो-देश' असं या देशाचं अधिकृत नाव आहे.

लोकशाही म्हटली की लोकांनी काहीही केलं आणि काहीही केलं नाही तरी लोकशाही सरकारला सगळं काही लोकांचा अनुनय करण्यासाठी चालवून घ्यावं लागतं. लोकशाहीत तसा पायंडाच पडून गेलेला असतो. आपली लोकशाही त्याला अपवाद आहे. कायदा म्हणजे कायदा! सगळं कायद्याच्या लाइनीनं चाललेलं असतं. उगीच या देशात शेकडो न्यायालयं आणि हजारो वकील आहेत? इंग्लिशमध्ये एक म्हण आहे, 'लॉ इज लॉ, इव्हन फॉर सन् इन लॉ!' कायद्याच्या कचाट्यातून जावईसुद्धा सुटू शकत नाही. जावयाचा अपवाद करून बेकायदा कृत्य या देशात केलंच जात नाही. आपली लोकशाही म्हणजे शंभर टक्के शुद्ध, पवित्र, आदर्श, स्वच्छ आणि विशेष म्हणजे महन्मंगलसुद्धा आहे.

तो-देश मात्र अगदीच अशुद्ध, अपवित्र, अनादर्श, घाण आणि अमहन्मंगल आहे. तो-देशातले कायदेसुद्धा चमत्कारिक आहेत. जवळजवळ आपल्या देशातल्या कायद्यांच्या उलट असे आहेत. ज्या गोष्टी आपल्या

देशात बेकायदी आहेत, ज्या गोष्टी करणं गुन्हा आहे; त्याच नेमक्या तो-देशमध्ये कायदेशीर आहेत. वंडरफुलच आहे नाही? पण वंडरफुल म्हणून काय उपयोग? तिथं तशी वस्तुस्थिती आहे. काही निवडक प्रकार पाहू या.

आपल्याप्रमाणेच तो-देशातही रस्ते अडवून विविध विक्रेते आपापला धंदा करत बसतात. इथं हे कृत्य बेकायदा आहे. म्युनिसिपालिटीचं भरारी पथक येऊन रस्त्यावरचा माल उचलून नेतात. दंड भरल्यावर परत करतात. तिकडे तसं नाही. जुने रस्ते अरुंद होते. त्यामुळे रस्त्यावरच्या विक्रेत्यांना फारच दाटीवाटीनं बसावं लागत असे. मुळात रस्ता अरुंद होता. त्यातच पादचारी लोकांचं जाणं-येणं. ते एकवेळ परवडलं. पण दुकान मांडून ऐसपैस बसण्यासाठी रस्ते असतात, या मूलभूत संकल्पनेला वाहनांमुळे फारच अडचण होते. रिक्षा, स्कूटर, सायकली, कार्स, टांगे, ट्रक्स इत्यादी वाहनांमुळे विक्रेय वस्तूचा नाशही नाही. पादचारी लोक आणि नाना प्रकारची वाहनं सतत अतिक्रमण करून, रस्त्यावरच्या विक्रेत्यांना उपद्रव देतात. रिकामटेकडे (गिऱ्हाईक नव्हते ते) 'लोक हटवा, वाहनं हटवा' असे मोर्चे तो-देशमध्ये निघत असतात. तो-देशमध्ये सफेद घोडा या अर्थाचा एक घोड्याचा पुतळा आहे. तिथं सगळे मोर्चे जातात. त्यांच्या मागण्या मान्य होतात. रस्ते-रुंदीकरणासाठी जागतिक बँकेकडून कर्ज काढून अनेक रस्ते दुप्पट, तिप्पट रुंद झाले. त्यामुळे विक्रेते आपला व्यवसाय वाढवू शकले. पुष्कळ विक्रेते रस्त्यांवर वस्तू व्यवस्थितपणे मांडू शकले.

रस्ते अडवून बसणाऱ्या विक्रेत्यांना कायद्याचं संरक्षण मिळालं आहे. उलट, त्यांना अडथळा आणणाऱ्या पादचाऱ्यांना (ग्राहकांना नव्हे) किंवा वाहनांना दंड करण्याची तरतूद तो-देशच्या कायद्यात आहे. रस्त्यावरच्या विक्रेत्यांनी तक्रार केली, तर अडथळा आणणाऱ्यांकडून दंड वसूल केला जातो. असे विलक्षण कायदे तो-देशमध्ये आहेत. स्टेशन रोड, बाजार, मेन रोड अशा महत्त्वाच्या रस्त्यांवर 'पथ-विक्रेत्यांसाठी राखीव रस्ता' असे फलक लावले आहेत. वाहनांनी आणि पादचारी लोकांनी स्वतःच्या जबाबदारीवर जावे. विक्रेत्यांनी तक्रार केल्यास जागच्या जागी दंड वसूल करण्यात येईल. तो-देशमधील हजारो पथ-विक्रेते मतदारही आहेत. सर्व विक्रेते संघटित आहेत. सर्व रस्ते विक्रेत्यांनी भरून कित्येक विक्रेते शिल्लक राहिले तर त्यांनी रेल्वेचे पूल, स्टेशनातले पूल, प्लॅटफॉर्म, गावातील अन्य पूल, पुलाची प्रत्येक पायरी आपल्या व्यवसायासाठी वापरावी. पादचाऱ्यांनी जपून, अंग चोरून जावे, अशीही सोय विक्रेत्यांसाठी केली आहे.

वाहनदुरुस्तीचं छोटं दुकान टाकून गॅरेज मात्र तिथला फुटपाथ आणि फुटपाथला लागून असलेला मुख्य रस्त्याचा भाग यावर दुरुस्तीची वाहनं ठेवून

तिथंच दुरुस्ती करणं हे तो-देशमध्ये कायदेशीर आहे. असल्या गॅरेजच्या त्या बाजूला आणि या बाजूला रस्त्यावर सूचना लिहिलेल्या आहेत, 'फूटपाथ-रोड गॅरेज पुढे आहे.' 'वाहनांनी वळसा घालून जावे.' दुरुस्तीच्या वाहनांना धक्का न लागण्याची काळजी घ्यावी. 'पादचाऱ्यांनाही हीच सूचना लागू आहे.' तो-देशमध्ये असे दुरुस्तीवाले पुष्कळ असून ते सर्व जण मतदार आहेत. त्यामुळे त्यांनाही डावलून चालणार नाही. नाहीतर सगळी मतं विरोधी पक्षांना मिळतील, ही भीती सर्व राजकीय पक्षांना असते. म्हणून आपल्या देशात जे-जे अवैध आहे, ते-ते तो-देशमध्ये वैध करण्यात आलं आहे.

तो-देशमध्ये रिक्षा मीटरप्रमाणे चालत नाहीत. रिक्षावाला सांगेल ते भाडं द्यावं लागतं. रिक्षामध्ये बसणाऱ्या व्यक्तींनी रिक्षावाल्याशी पैशांविषयी हुज्जत घालणं, हा तो-देशमध्ये दखलपात्र गुन्हा आहे. तुम्ही समजा दोन किलोमीटर अंतरावर गेलात आणि उतरल्यावर 'किती पैसे' असं विचारल्यावर रिक्षावाला म्हणेल १५ रुपये, (त्याचं नाणं निराळं आहे) २० रुपये किंवा २५ रुपये, तर मुकाट्यानं तेवढे पैसे द्या. रिक्षावाल्याशी घासाघीस करणं, वादविवाद करणं, हे बेकायदा आहे. काही झालं तरी हजारो रिक्षावालेही संघटित मतदार आहेत. ते बिथरले तर विरोधी पक्षाला एकगठ्ठा मत देतील. म्हणून रिक्षावाल्यांना प्रवाशांकडून वाटेल तेवढे पैसे घेण्याची फुल परवानगी आहे. रिक्षावाल्यानं प्रवाशांकडून कितीही पैसे घेतले तरी ते, तो-देशमध्ये कायदेशीर आहे.

तो-देशमधले कायदे विलक्षण आहेत. आपल्या देशामध्ये खुनासाठी फाशीची शिक्षा आहे; किमान जन्मठेपेची तरी! परंतु तो-देशमध्ये निराळा प्रकार आहे. 'अ'नं 'ब'चा खून केला आहे. खरी गोष्ट आहे. परंतु 'अ'नं पुरावा नष्ट केला आणि खोटे साक्षीदार आणले, की 'अ' खुनाच्या आरोपातून सन्मानपूर्वक मुक्त होतो. तिथल्या दंडसंहितेत तसं कलमच आहे. 'पुरावा नष्ट करणं आणि खोटे साक्षीदार आणणं, या महत्त्वाच्या दोन गोष्टी केल्यास आरोपीस दोषमुक्त करण्यात येईल.' त्यामुळे खून करणारा माणूस या दोन गोष्टींची पूर्वतयारी करूनच खून करतो. त्यामुळं कायद्याचं काटेकोरपणे पालन केल्यासारखं होतं. कायद्याच्या सोईचा लाभ तो-देशातील अनेक जण नेहमी घेत असतात.

तो-देशमध्ये चोरांना अभय आहे. तिकडे कुणी चोरी झाल्याची तक्रार केली तर, दारं-खिडक्या नीट बंद करून सावधपणे न झोपल्याचा गुन्हा केल्याबद्दल त्या तक्रार करणाऱ्यावरच कारवाई करण्याची कायद्यात तरतूद आहे. चोरसुद्धा माणूस आहे, चोरालाही पोट आहे, चोरालाही संसार आहे, चोरालाही बायको-मुलं आहेत, अशा कुटुंबवत्सल चोरानं चोरी केल्यास नागरिकांनी त्याला सहकार्य करावं, असं

कायद्यात म्हटलेलं आहे.

भेसळ करणं तो-देशात वैध आहे. भेसळ केल्यामुळे वस्तूंचा पुरवठा होतो. एक किलो साजूक तूप आणि त्यात पाव किलो वनस्पती तूप घातल्यावर ते सव्वा किलो होतं. भेसळीमुळे पाव किलो साजूक तूप वाचलं, अशी भेसळीची प्रशंसा केली जाते. अर्धा लिटर दूध अर्धा लिटर पाणी मिळून एक लिटर दूध होतं. या एक लिटरमध्ये अर्धा लिटर पाणी असल्यामुळे अर्धा लिटर शुद्ध दुधाची बचत होते. भेसळीमुळे शुद्ध वस्तूंची काही टक्के बचत होते, असं तो-देशचं सरकार मानतं. त्यामुळे तो-देशामध्ये भेसळ करणं हा गुन्हा तर नाहीच; उलट भेसळीला उत्तेजन दिलं जातं, त्यामुळे तो-देशमध्ये प्रत्येक वस्तू भेसळयुक्त मिळते.

लाच देणं आणि लाच घेणं तो-देशात गुन्हा नाही. हा देणाऱ्याच्या आणि घेणाऱ्याच्या खुषीचा मामला आहे, असं तो-देश शासनाचं मत आहे. त्यामुळे तो-देशामध्ये लाचप्रतिबंधक खातंच नाही. त्यामुळे हे खातं चालवण्याला जो खूप खर्च होतो, त्याची बचत होते. लाच देणं आणि लाच घेणं याच्या मुळाशी, 'एकमेका साहाय्य करू, अवघे धरू सुपंथ' हे उदात्त तत्त्व आहे, असं तो-देशमध्ये मानलं जातं. त्यामुळे, 'लाच आणली आहे ना,' आणि 'मी लाच बरोबर घेऊन आलो आहे.' ही वाक्यं तो-देशातल्या सर्व शासकीय कार्यालयांतून सर्रास ऐकायला मिळतात. नाहीतर आपला देश! लगेच खुणा केलेल्या नोटांसह अँटिकरप्शनची धाड पडते. त्यामुळे लाचही नाही आणि काम लांबणीवर, असे प्रकार आहेत.

तो-देश हा कायदामुक्त देश आहे. काहीही बेकायदा करा, चालून जातं. तिकडे बेकायदा हा शब्दच नाही. जे काही केलं जातं, त्याला कायदेशीर असंच म्हटलं जातं. त्यामुळे तिकडे कुणीही कायद्याच्या बाजू करत नाही. काहीही केलं तरी आपण सर्वशक्तिमान मतदार आहोत, हे तेथील नागरिकांना माहीत आहे. मतदारांना दुखवणं महागात पडतं, हे सरकार पक्षाला आणि अन्य राजकीय पक्षांना माहीत आहे. म्हणून तो-देशमध्ये काहीही केलेलं चालतं.

★ ★ ★

८.
साचेबंद घोषणा

निवडणुकीच्या दिवसांत आणि निवडून आल्यावर घोषणांची आवश्यकता फार मोठ्या प्रमाणात लागत असते. घोषणांचे प्रकार असतात. काही घोषणा दीर्घकाळ टिकणाऱ्या असतात. काही घोषणा प्रसंगपरत्वे करायच्या असतात. काही घोषणा 'राजकीय वंशपरंपरा' चालत आलेल्या असतात. या पद्धतीच्या घोषणा करायच्याच असतात, असा संकेत ठरून गेला आहे. असल्या घोषणा हा एक जणू काही औपचारिक विधी असतो. असं असलं तरी या पारंपरिक घोषणा एकदा उरकल्या, की राजकीय पक्षांना हलकं-हलकं वाटतं. या घोषणा आवाक्याबाहेरच्या असल्या तरी कराव्या लागतात. कारण मतदारांच्या कानांना त्या ऐकण्याची अनेक वर्षांची सवय असते. त्या पारंपरिक घोषणा केल्या नाहीत. तर मतदारांनाही चुकल्या-चुकल्यासारखं वाटतं.

दारिद्र्य निर्मूलन-
आपल्या देशासारख्या गरीब देशाला ही घोषणा पिढ्यान् पिढ्या पुरते. कारण जनतेचं दारिद्र्य निर्मूलन ही गोष्ट पुढाऱ्यांच्या स्वतःच्या दारिद्र्य: निर्मूलनाइतकी सोपी नसते. तरीही ही घोषणा करावीच लागते. 'सध्या देशात दारिद्र्यरेषेखाली चाळीस टक्के लोक आहेत. आमचं सरकार आल्यावर किमान वीस टक्के लोक तरी दारिद्र्यरेषेच्या वर येतील. आमचं सरकार आलं तर ते पाच वर्षांच्या कालावधीत, दर वर्षी चार टक्के दारिद्र्य-निर्मूलन असं लक्ष्य ठरवूनच कार्य करणार आहे.'
(वचनपूर्ती : पाच वर्षांनी निवडणुकीच्या वेळी 'दारिद्र्य-निर्मूलनाचं वचन आमच्या सरकारनं पूर्ण केलं आहे. ते वीस टक्के लोक, आपण दारिद्र्यरेषेखाली होतो, हे विसरूनसुद्धा गेले; एवढे ते सुखात आणि वैभवात आहेत, 'गव्हर्नमेंट, दॅट वर्क्स- काम करणारं सरकार ही

आमच्या सरकारची जनमानसातील प्रतिमा आहे.' कंसातली घोषणा पाच वर्षांनंतर करून, दारिद्र्यनिर्मूलन खरंच वीस टक्क्यांनी कमी झालं आहे, असा गवगवा करता येतो. खरं काय आहे, हे कोण कुठं बघायला जातो? सुखात असलेले लोक हे सर्वेक्षण करत नाहीत आणि खरे दरिद्री लोक पोटाच्या मागं रात्रंदिवस लागलेले असतात. चाळीस टक्क्यांपैकी वीस टक्के लोक दारिद्र्यरेषेच्या वर आले का, हे त्या मंडळींनाही माहीत नसतं. सगळं काही जिथल्या तिथंच असतं. फारतर काही टक्के त्या रेषेच्या वर थोडेसे येतात, तर ती जागा नवीन दरिद्री मंडळी भरून काढतात.)

सीमाप्रश्न :

ही एक घोषणा करावीच लागते. काही काही परंपरा असतात; त्या मोडायच्या कशा? कोणत्याही पक्षाचं सरकार आलं की, ते सरकार अशी घोषणा करतं की, 'आमचं सरकार सीमाप्रश्न सोडवणारच! आधीच्या त्या पक्षाच्या सरकारला त्यात रस नव्हता. मतं मिळवण्यासाठी ते नुस्त्या घोषणा करत होतं. आमचं सरकार, सीमाप्रश्न ज्वलंत प्रश्न आहे, असं मानून प्रसंगी आंदोलनही करील. सीमेवरची सगळी गावं आपल्या राज्यात आलीच पाहिजेत; तरच आमच्या जाहीरनाम्यातील घोषणेची वचनपूर्ती होईल. सीमाप्रश्नाशी संबंधित असे तिकडचे लोक त्या राज्यात राहण्यापेक्षा सामुदायिक आत्महत्या करून निषेध व्यक्त करणार आहेत. त्यापूर्वीच आंदोलन करण्यास आमचा पक्ष आणि आमचं सरकार अनुक्रमे कटिबद्ध आणि वचनबद्ध आहे. त्या लोकांना त्या राज्यात अन्न गोड लागत नाही की पाणी गोड लागत नाही. म्हणून सीमालढा युद्धपातळीवरून लढला जाईल."

गावोगावी नळ :

'गाव तिथं नळ अशी मी घोषणा करतो.' या घोषणेचं हे सुवर्णमहोत्सवी वर्ष आहे. हे वाक्य जाहीर सभांतून, निवडणूक-प्रचाराच्या भाषणांतून न विसरता बोलायचं असतं. "आपला देश, आपली भारतमाता परदास्य शृंखलांत जखडली होती तेव्हा, समस्त भगिनींना लांबून डोक्यावर हांडे, घागरी घेऊन पाणी आणावं लागत असे. आता आपला देश स्वतंत्र झाला आहे. आता यापुढं गावागावांतून, शहराशहरांतून, रस्त्यारस्त्यांतून, गल्लीगल्लीतून नळ दिसू लागतील. त्यापुढचा अंतिम टप्पा म्हणजे, पाठोपाठ घराघरांतून नळ दिसू लागतील. पुराणकाळात एकच नळराजा होता आणि एकच दमयंती होती. परंतु यापुढं घराघरांतल्या दमयंतीला एकेक नळ देण्यात येणार आहे, अशी मी घोषणा करतो." गेली पन्नास वर्षं ही

घोषणा सुरू आहे.

टँकरमुक्त राज्य :

ही एक नवीन घोषणा आहे. नवीन-नवीन म्हटली तरी ही घोषणाही जनतेच्या चांगली परिचयाची झाली आहे. यंदा टँकर्समधून गावोगावी पाणीपुरवठा ('अपुरा' हा शब्द जोडा.) करताना ही घोषणा करायची पद्धत आहे. लोक या घोषणेकडेही, 'घरोघरी नळ' या घोषणेप्रमाणे मख्खपणे बघतात. गेली काही वर्षे याच घोषणेला पुन: पुन्हा वन्स मोअर मिळत आहे. उन्हाळा आला की पुन्हा, टँकरमुक्त राज्य, ही घोषणा सुरू!

दुर्बलांचं पुनर्वसन :

"राज्यात एकंदर मोठ्या आणि लहान मिळून सत्त्याहत्तर हजार झोपडपट्ट्या आहेत. तिथं तळागाळातले दोन कोटी, अकरा लाख, पस्तीस हजार, दोनशे नव्याण्णव लोक राहतात. या सर्वांचं पक्क्या घरांमध्ये पुनर्वसन करण्यात येणार आहे. आमचं सरकार स्थापन झाल्यावर पहिली चार वर्षं, प्रत्येक वर्षी पन्नास लाख घरं आणि पाचव्या वर्षी उरलेली घरं बांधण्यात येणार आहेत. ही सर्व घरं त्यांच्या मालकीची होतील; एवढंच नव्हे, तर त्यांच्या वंशजांकडे वंशपरंपरा वारसा हक्कानं जातील." अशा आणि जवळपास अशाच घोषणाही नेहमी होत असतात. वंशपरंपरा घरं याऐवजी वंशपरंपरा घोषणा मात्र ऐकू येतात. बऱ्याच घोषणा आपले आजोबा, वडील, आपण स्वत: आणि आपली मुलं वंशपरंपरेनं ऐकत आलो आहोत.

१०० टक्के साक्षरता :

"निरक्षरता हा समाजाचा शत्रू नंबर एक आहे. म्हणून आमचं सरकार स्थापन झालं की, युद्धपातळीवरून साक्षरता मोहीम राबवली जाणार आहे. हे शतक, हे सहस्त्रक पूर्ण व्हायच्या आत संपूर्ण राज्य साक्षर झालं पाहिजे अशी घोषणा मी करतो. ही घोषणा म्हणजे प्रतिभीष्मप्रतिज्ञाच आहे, असे समजा. (अरेरे! भीष्मप्रतिज्ञेचे निवडणुकीतील घोषणेत अवमूल्यन व्हावे ना? काय हे! काय हे!) साक्षरतेचा प्रसार होऊन खोट्या सह्यांच्या गुन्ह्याचं प्रमाण वाढलं तरी चालेल. नवसाक्षरांना तो गुन्हा माफ करण्यात येईल." शंभर टक्के साक्षरता या घोषणेचा सुवर्णमहोत्सव झाला आहे. सुवर्णमहोत्सव साजरा करणाऱ्या आणखी कितीतरी घोषणा आहेत.

'बळीराजा सुखी' घोषणा :

शेतकरी सुखी तर देश सुखी. म्हणून पुढील घोषणा करत आहे- १) शेतकऱ्यांना सर्व कर्ज माफ, २) नवीन कर्ज बिनव्याजानं, ३) वीज मोफत ४) खतं विनामूल्य आणि ५) पिकांचा विमा ही पाचकलमी घोषणा आमचं सरकार राज्यकारभार करू लागल्यावर लगेच तिची कार्यवाही होईल. अशा घोषणा केल्या म्हणजे बरं असतं. शेवटी मतं हा महत्त्वाचा मुद्दा आहे. मत म्हणजे व्होट. मत म्हणजे (हिंदीत) 'नको'. 'व्होट दो' ऐवजी 'मत दो' असा अर्थ त्यातून निघू नये, म्हणून घोषणांचा खटाटोप करावा लागतो. प्रत्येक जिल्ह्यातलं राजकारण तपासून त्या ठिकाणी पोलिटिकल दुष्काळ किंवा पोलिटिकल अतिवृष्टीची घोषणा करावी आणि सारा माफ, अशी घोषणा करावी. 'बळीराजा सुखी' ही घोषणा अशी ऐसपैस असते.

बेरोजगार-व्यवसाय घोषणा :

सर्व देशामध्ये ४३.१ टक्के लोक बेरोजगार असून आपल्या राज्यातली टक्केवारी ४३.३२ इतकी आहे. आमचं सरकार स्थापन झालेलंच आहे. दर वर्षी ८ टक्क्यांप्रमाणे आणि शेवटच्या वर्षी उरलेले मिळून येत्या पाच वर्षांत आमचं सरकार बेकारी निर्मूलन करणार आहे. बेकार माणूस एकही असणार नाही. बेकारांसाठी प्रतिबेकार पाच हजार रुपये अनुदान आणि पाच हजार रुपये (नुसतेच) दान, अशी घोषणा मी करतो. अधिकृत बेकारांची गणना करण्याचं काम युद्धपातळीवर सुरू करण्याचे आदेश ताबडतोब देण्यात येत आहेत. भाजीपाला, भेळ, बटाटेवडे, शहाळी, चप्पल दुरुस्ती शिलाई, सायकल-स्टोव्ह दुरुस्ती, फिरती वडागाडी, वगैरे निवडाल त्या व्यवसायाला दहा हजार रुपये दिले जातील. बेकरी असल्याचं प्रतिज्ञापत्र द्या आणि दहा हजार रुपये घेऊन जा.

अशा घोषणांचा वर्षाव होत असतो. बऱ्याच घोषणांनी तप, रौप्यमहोत्सव, सुवर्णमहोत्सव साजरे केलेले आहेत. हेच पुढे शतसांवत्सरिक महोत्सवापर्यंत सुरू राहिल.

★ ★ ★

९.

भांडणाचा छंद

'बरे सत्य बोला, यथातथ्य चाला', 'सत्यं ब्रूयात' 'गोड बोला' इत्यादी वाक्यं पुस्तकात ठीक आहेत. व्यवहारात शंभर टक्के खरं बोलणं, हे अत्यंत कष्टदायक आणि अडचणीचं असतं. माणूस प्रत्येक वेळी त्या-त्या वेळच्या परिस्थितीप्रमाणे बोलत असतो. कधी प्रेमानं बोलतो, कधी रागानं बोलतो, कधी चिडून बोलतो, कधी शूरपणानं बोलतो, कधी मवाळपणानं बोलतो, कधी आनंदानं बोलतो, कधी आवेशानं बोलतो, कधी दु:खानं बोलतो, कधी चतुरपणानं बोलतो, तर कधी मूर्खपणानं बोलतो. बोलण्याचे असे पुष्कळ प्रकार आहेत.

या सर्व प्रकारांशिवाय आणखी एक महत्त्वाचा प्रकार आहे. भांडत असताना बोलण्याचा. भांडताना बोलणं हा एक पॉवरफुल प्रकार आहे. ज्याला प्रत्येक शब्द, वाक्य पॉवरफुल बोलता येतं, तो खरा भांडणपात्र माणूस होय. भांडणाला मिळमिळीत भाषा वर्ज्य आहे. भांडणेतर बोलणं हे शाकाहारी बोलणं मानलं, तर भांडण्याच्या वेळचं बोलणं झणझणीत मांसाहारी आहे, असं मानावं लागतं. बरेच नॉनव्हेज शब्द, नॉनव्हेज क्रियापदं, नॉनव्हेज वाक्यं, ज्या भांडणात येतात; ते भांडण सर्वश्रेष्ठ भांडण होय. बहुसंख्य माणसांना हे नॉनव्हेज भांडण सभ्यपणा, सुसंस्कृतपणा, घरातले संस्कार यांमुळे जमत नाही. तसलं नॉनव्हेज बोलणं त्यांना वर्ज्य असतं. याची उणीव शाकाहारी भांडणे करणारी माणसं मोठ्यांदा बोलून, शब्दसंपत्ती खूप वापरून भरून काढतात. नॉनव्हेज भांडणारी शूर माणसं भांडण्याच्या सलामीलाच समोरच्या माणसाच्या मातोश्रींना आवाहन करून त्यांचा विवक्षित मानवेतर पशूंशी शरीरसंबंध घडवून आणतात. मातोश्री आणि क्ष पशू यांचा नियोगपद्धतीनं संबंध घडवून आणल्यामुळे तो मातोश्रीपुत्र भयंकर चिडतो आणि तसलंच भडाभडा बोलतो. दोघेही मातोश्रींचा 'उद्धार' करतात. पाणी खदखदा

उकळायला शंभर अंश सेल्सिअस उष्णता लागते. दोघांच्या रागाचा पाराही शंभर अंशांपर्यंत चढलेला असतो. मग भांडण उकळत राहतं. मधून-मधून पशू बदलला जातो. नॉनव्हेज शिव्यांनी खचाखच भरलेलं भांडण हे सर्वश्रेष्ठ भांडण होय. अशी भांडणंही बरीच होत असतात.

नवरा-बायकोची भांडणं हा तर दोघे पती-पत्नीच आहेत याचा सज्जड पुरावाच असतो. याला एक अपवाद निघाला. नवरा-बायको दोघेही समंजस, संस्कारक्षम आणि प्रेमळ असल्यामुळे लग्न होऊन दोन वर्षं झाली तरी एकदाही भांडली नाहीत. शेजाऱ्या-पाजाऱ्यांना संशय येऊ लागला. गोविंदराव भास्कररावांना हळूच म्हणालेसुद्धा, ''भास्करराव, तुम्ही काहीही म्हणा, हे जोडपं आहे ना, काही तरी लफडं आहे. दोघेही नवरा-बायको वाटत नाहीत.'' भास्करराव म्हणाले, ''कशावरून?'' तेव्हा गोविंदराव म्हणाले, ''गेली दोन वर्षं झाली, एकदाही भांडले नाहीत. अशानं दोघे नवरा-बायको नसावेत, असा संशय येऊ लागतो.'' यावरून नवरा-बायकोने सतत भांडणे किती आवश्यक आहे, हे लक्षात येईल. ज्या घरातून धपाधप, फटाफट, ठणठणाठण, खळखळ वगैरे आवाज येतात; त्या घरातले ते दोघे नवरा-बायकोच आहेत, हे आपोआप सिद्ध होतं. कपबशा फुटल्याचा आवाज आला की, दोघांनाही धन्य-धन्य झाल्यासारखं वाटतं. आजचं भांडण सार्थकी लागल्याचा अप्रतिम आनंद दोघांनाही होतो. (नवरा नवीन कपबशा आणायला जातो आणि बायको चहाचं आधण ठेवते.) पुन्हा दुसऱ्या दिवशी क्षुल्लक कारणावरून भांडण सुरू होतं. रुचिपालट म्हणून त्या दिवशी आरशाचा बळी जातो. कडाक्याचं भांडण थंड झाल्यावर बटाटे-पोहे, वरती नारळाचा चव, कोथिंबीर घालून!

काही माणसं अशी असतात की, त्यांना भोंगळपणानं भांडणं आवडत नाही. शाळेतले निबंध लिहिताना प्रथम मुद्दे लिहायचे आणि मग प्रत्येक मुद्द्याचा विस्तार करायचा, अशी पद्धत असते. माझे मित्र केशवराव निबंधपद्धतीने मुद्दे पाडून मुद्देसूद भांडतात. ते समोरच्या भांडणीय माणसाला आधीच सांगतात, ''हे बघा, मला भोंगळपणानं, अजागळपणे भांडलेलं मुळीच आवडत नाही. मुद्देसूद भांडणं आवडतं. पहिला मुद्दा, प्रास्ताविक! तुमच्या मुलाच्या चेंडूमुळे आमच्या खिडकीची काच फुटली. क्रिकेट खेळावं की खेळू नये, हा ज्याचा त्याचा वैयक्तिक प्रश्न आहे. परंतु, खेळणाऱ्यांनी घराच्या आवारात खेळावं का, हा माझा बेसिक प्रश्न आहे. त्यामुळे पुढील गोष्टी होतात. आरडाओरड होत राहिल्यामुळे तिथं ध्वनिप्रदूषण होतं. आरडाओरड सतत ऐकत राहिल्यामुळे माझं मानसिक संतुलन बिघडतं. दुसऱ्याचं ब्लडप्रेशर वाढतं आणि तिसऱ्याला अस्वस्थ वाटू लागतं. पुढचा मुद्दा असा— फुटलेल्या काचा कुणी गोळा करायच्या? अजून इहलोकातच असलेल्या

तुमच्या तीर्थरूपांनी की परलोकात गेलेल्या काकाश्रींनी? (जाता-जाता:या वाक्याचं नॉनव्हेजीकरण असं झालं असतं- 'ए तुझ्या आयला टिंब टिंब घोडा/गाढव (जो प्राणी जिभेवर येईल तो) (मदर मधील 'म'ला काना देऊन) .. टिंबं टिंब, काचा कोण भरणार रे भें... टिंब टिंब तुझा बाप की काका? भ... टिंब टिंब!) पुढचा मुद्देसूद मुद्दा! आमच्या खिडकीची काच फुटली; नवीन काच तुमच्या खर्चानं बसवून देणं, हे तुमचं नैतिक कर्तव्य आहे. पुढचा मुद्दा, तुम्ही मुलं घरात क्रिकेट खेळत जाऊ नका. कारण तुमच्या ओरडण्यामुळे सुमारे शंभर ते एकशे वीस डेसिबल एवढ्या तीव्रतेचं ध्वनिप्रदूषण होतं. त्यामुळे मानसिक शांतता भंग पावून रक्तदाबही वाढतो. तसंच मुलांच्या अभ्यासात व्यत्यय येतो. याशिवाय आजारी माणसांना त्रास होतो. या सर्व गोष्टींशिवाय आणखी एक महत्त्वाचा मूलभूत मुद्दा—क्रिकेट या परकीय खेळाचे किती फाजील लाड करायचे? तदंतर्गत चिंतनीय मुद्दा—एका लाकडी फळीवर चेंडू आपटण्याचा हा खेळ आहे. चेंडू चुकून मधून-मधून बॅट नावाच्या फळीवर आपटतो आणि बऱ्याच वेळा चेंडू स्वत:चा मार वाचवून लाकडी फळकुटाच्या तावडीतून निसटतो. या सर्व गोष्टींचा तुम्ही मुलांनी साकल्याचं विचार करून घराच्याच आवारात क्रिकेट खेळणं बंद करावं; अन्यथा अंतिम महत्त्वाचा मुद्दा म्हणजे आपल्या हाउसिंग सोसायटीच्या मीटिंगमध्ये क्रिकेटचा प्रश्न मांडावा लागेल.'

हे झालं मुद्देसूद भांडण. मुद्देसूद भांडण हे पूर्णतया अहिंसक स्टाईलचं असतं. त्यामुळे कित्येकदा हे भांडण नसून सदुपदेश आहे, असंच वाटतं. भांडणामध्ये मोघम भांडण हा एक प्रकार असतो. दोघेही आमने-सामने भांडतात; पण हाताला काहीच लागत नाही. "तुम्ही स्वत:ला भारताचे राष्ट्रपती समजा, अमेरिकेचा राष्ट्राध्यक्ष समजा नाही तर पुरुष असूनही क्वीन एलिझाबेथ दुसरी समजा; मी तुम्हाला चाळीतला शेजारीच समजतो. तुम्ही नीट वागा, आम्ही नीट वागतो. तुम्ही प्रेमानं चार शब्द बोला, आम्ही प्रेमानं आठ शब्दसुद्धा बोलू. या जगात चांगलं वागावं, हे मी तुम्हाला सांगितलं तर आवडणार नाही. तरीही चांगलं वागण्याचा प्रयत्न करा. चांगलं वागलात तर शेजारीही चांगलं वागतील." वगैरे. भांडणाचा हा मवाळ प्रकार आहे. नुसतीच पोकळ बडबड आहे. यातून हाताला काहीच लागत नाही. मोघम भांडण हे इतकं मिळमिळीत असतं की, त्याला भांडण म्हणणं हाच भांडण शब्दाचा अपमान आहे. भांडण ही क्रिया आक्रमक आहे. ती अशी बुळबुळीत वाक्यं बोलत नसते. अत्युच्च पट्टीतल्या आवाजात गालीयुक्त संवाद म्हणजे भांडण होय. इथं मोघम भांडण फारच थिटं पडतं.

तत्त्वनिष्ठ भांडण हाही एक प्रकार आहे. सुशिक्षित पांढरपेशे लोक असतात ना, त्यांना तत्त्वनिष्ठ भांडण करण्यात विशेष रुची असते. प्रश्न अमक्याचा नसून

तत्त्वाचा आहे, हे भांडणाचं पालुपद असतं. नमुना पाहा— "हे पाहा, तुम्ही चौथ्या सीटवर बसण्यासाठी थोडं सरकण्याची विनंती केली. परंतु मी सरकू शकत नाही, कारण या सीटवर तीन जण बसू शकतात; चौथा बसला की, तुमच्यासह आम्हा आधी बसलेल्या तिघांनाही अडचण होणार. मूलत: (काय संस्कृत शब्द आहे!) तुम्ही चौथा बसू का, असं विचारायलाच नको होतं. दाटीवाटीनं तुम्ही चौथे बसू शकता. परंतु सर्वांनाच त्रास होईल, हे तुम्ही विसरता. म्हणून तुम्ही यापुढं असा प्रश्न विचारण्याचं टाळा. तसं पाहिलं तर तिघांनीही थोडं-थोडं सरकून घेतलं तर चौथा माणूसही बसू शकतो. परंतु तसं बसण्यास माझा तत्त्वत: विरोध आहे." वगैरे.

आडमुठं भांडणं हा प्रकार भयंकर असतो. अशिक्षित स्त्रियांपैकी कित्येक जणी या प्रकारच्या भांडणात तरबेज असतात. आगगाडीत चिक्कार गर्दी आहे. मी माझ्या आरक्षित सीटवर बसलो होतो. वर ठेवलेल्या बॅगमधून मी पुस्तक काढायला उभा राहिलो. एवढ्यात एका अडाणी (?) बाईनं आपलं पोरगं तिथं निजवलं आणि तीही तिथंच टेकली.

"बाई, माझी सीट आहे. उठा."—मी

"सीट विकत घेतली काय?"—बाई.

"रिझर्व्ह केली आहे."—मी.

"म्हणून काय झालं? लेकरू झोपलंय. उभा ऱ्हावा."—बाई.

"अहो, असं काय करता? मुलाला घेऊन उठा."—मी.

"अरे ए, तुला काय म्हणावं? तुला आया-बहिणी-लेकरं हायेत की नाही? त्येन्ला बी उठा म्हणणार का?"—बाई.

"तुम्ही मुकाट्यानं उठा. सीट माझी आहे."—मी.

"ए सुक्काळीच्या, बायामाणसांना ऊठ म्हणतोस? त्ये बी लेकरू असलेल्या बायामाणसाला? मानूस हायेस की हैवान? हे बघ, माझं उतरायचं ठेसन येईस्तवर मी उठणार नाय. मी बी तिकिटाला पैसे दिले हायेत!"

याला म्हणतात आडमुठं भांडण. कुणी तर्कशुद्ध रीतीनं वादविवाद केला, तर आपणही आपलं म्हणणं तर्कशुद्धरीतीनं मांडू शकू. परंतु, अशी आडमुठेपणानं भांडणारी व्यक्ती भेटली, की चांगल्या शिकल्या-सवरल्या माणसाचीही पंचाईत होते. आडमुठेपणानं कुणी बोलू लागलं, की तर्कशुद्धपणा लुळा-पांगळा होऊन कोलमडून पडतो. आडमुठेपणानं बोलणारी माणसं आडमुठेपणानं बोलण्यात एवढी हुशार असतात, की त्यांच्या या आडमुठेपणाचं कौतुक वाटू लागतं. आडमुठ्या माणसानं इतकं आडमुठेपणानं बोलणं, तेही अस्खलितपणे, कसं काय जमतं, याचं

कुणाही शहाण्या माणसाला आश्चर्य वाटेल.

याशिवाय शब्दबंबाळ भांडण, हिंसक स्वरूपाचं भांडण, शिव्याप्रचुर भांडण, हिंदीतून उर्दू गालीप्रचुर भांडणं, भांडणाला वेट येण्यासाठी मधून-मधून बास्टर्ड, ब्लडी फूल, रास्कल वगैरे इंग्लिश शब्दांचा वापर करून भांडणं वगैरे आणखीही पुष्कळ प्रकार आहेत. माणसाला भांडण्याचा छंदच असतो, म्हणून तर त्यानं भांडणाचे नाना प्रकार निर्माण केले आहेत.

१०.
फॉर्म भरणं

विविध प्रकारचे फॉर्म भरणं, हे एक मोठं तंत्रज्ञानच होऊन बसलं आहे. येरागबाळ्याला फॉर्म भरताच येणं शक्य नाही. साधा फॉर्म असला तरी त्यात पंधरा-वीस चौकशा असतात. एकेक नमुना पाहू या.

कोणा एका राज्यात रेशनिंग जोरात सुरू होतं. साखर तर काटेकोरपणे दिली जात होती. लग्नसमारंभात साखर खूप लागणार म्हणून खूप काही नाही, परंतु पाच किलो साखर देण्याची तरतूद रेशनिंगच्या नियमात होती. ती साखर मिळण्यासाठी वधुपित्यानं भरायच्या फॉर्मचा हा नमुना.

१)   अर्जदाराचे संपूर्ण नाव (आडनाव प्रथम)

२)   वय

३)   पूर्ण पत्ता.

४)   या पत्त्यावर चौकशीसाठी रेशनिंग इन्स्पेक्टर आल्यास त्याच पत्त्यावर तुम्ही राहत असल्याचं त्याला पटवून देऊ शकाल का?

५)   भाडेकरू असल्यास घरभाड्याची पावती किंवा घरमालक असल्यास नगरपालिकेची घरपट्टी भरल्याची अगदी अलीकडची पावती दाखवू शकाल काय?

६)   तुमचा व्यवसाय काय?

७)   तुमचं एकूण मासिक उत्पन्न किती आहे?

८)   तुम्ही दारिद्र्यरेषेच्या वर आहात की खाली? खाली योग्य चौकोनात फुली मारा.

९)   लग्नाच्या मुलीशी तुमचं नातं काय?

१०)   ती तुमची औरस मुलगी आहे का?

११)   तिचं संपूर्ण नाव (आडनाव प्रथम) वय (खरोखर जे असेल ते)

फॉर्म भरणं / ८३

१२) शिक्षण- अंतिम पास झालेली इयत्ता किंवा पदवी.

१३) या आधी घरात मुलींची लग्नं झाली आहेत काय?

१४) झाली असल्यास क्रमवार तपशील द्या. येणेप्रमाणे- नाव (आडनाव प्रथम- लग्नानंतरचं), वय, लग्न होऊन किती वर्षं झाली? प्रत्येकीला मुलं किती? मुलगे निराळे-मुली निराळ्या दाखवाव्यात. त्यांची वयंही द्यावीत.

१५) विवाहित मुलींनी दोन अपत्यांनंतर ऑपरेशन करवून घेतलं काय? नसल्यास का नाही?

१६) तुमच्या घरात माणसं किती?

१७) प्रत्येकाचं तुमच्याशी नातं

१८) प्रत्येकाचं वय

१९) प्रौढ किती?

२०) मुलं किती?

२१) रेशनकार्डावर सध्या सर्वांची मिळून किती साखर मिळते?

२२) ती सर्व वापरता की थोडी शिल्लक ठेवता?

२३) शिल्लक ठेवत असल्यास ती किती किलो आणि किती ग्रॅम आहे?

२४) ती साखर आणि पाच किलो होण्यास लागणारी साखरच अर्जावर दिली तर चालेल काय?

२५) सोबत लग्नपत्रिका जोडावी.

२६) लग्नात चहा किती कप होईल?

२७) लाडू किती करणार?

२८) जिलेबी किती करणार?

२९) हे सर्व करून झाल्यावर उरलेली साखर रेशन दुकानात परत करणार काय? (होय, असं उत्तर अपेक्षित आहे.)

३०) अर्ज संपूर्ण आणि बिनचूक भरल्याचं आढळून आल्यानंतर पाच किलो साखर मिळेल. वगैरे, वगैरे, वगैरे.

वरील अर्ज लग्नाच्या पहिल्या वाढदिवसाच्या आदल्या दिवशी मंजूर झाला. पाच किलो साखर मिळवण्याचा सुलभ उपाय— त्याच दुकानादाराला किलोमागे दोन दोन रुपये जास्त दिले. तो म्हणाला, 'आणखी पाच किलो लागली तर अर्ध्या रात्रीला घेऊन जा' शेवटी नाइलाजानं हाच सुलभ मार्ग अवलंबावा लागला.

फॉर्म भरणं हा प्रकार विलक्षण असतो. यक्षानं युधिष्ठिराला विचारलेले प्रश्न परवडले, पण फॉर्ममधल्या सर्व प्रश्नांची उत्तरं देणं कठीण असतं. त्या मंडळींना इतर प्रश्न सुचतात तरी कसे, याचंच आश्चर्य वाटतं.

फॉर्ममधल्या प्रत्येक प्रश्नाचं उत्तर दिलंच पाहिजे, अशी अट असते. ही अट म्हणजे संकेत वगैरे नाही. विचारलेल्या प्रश्नांपैकी काही प्रश्न आपल्याला लागू नाहीत म्हणून तिथल्या उत्तरांची जागा मोकळी सोडून चालत नाही. तुम्हाला लागू नसलं म्हणून काय झालं? अशानं फॉर्म अपूर्ण-इनकंप्लिट-मानला जातो आणि नियमाप्रमाणे अपूर्ण भरलेले फॉर्म स्वीकारायचे नसतात. जर ते स्वीकारले तरी त्यांची पुढं कसलीच कार्यवाही होत नाही. फॉर्म कसा सर्वांगांनी गच्च भरलेला असला, तरच फॉर्मचा फॉर्म छान दिसतो. हा प्रश्न आपल्याला लागू नाही, म्हणून एकानं उत्तराची जागा मोकळी सोडली. त्यामुळे काय रामायण-महाभारत घडलं, याचा एक किस्सा ऐका.

लंडन— जिथं एक जागतिक परिषद भरणार होती. जगातले नामवंत, अधिकारी असे इतिहासतज्ज्ञ त्या परिषदेत आपले संशोधनपर अभ्यासपूर्ण निबंध वाचणार होते; त्या परिषदेत सहभागी होण्याचा मान आपल्याकडल्या भाऊसाहेबांना मिळाला होता. आपल्या देशातून जाणारे भाऊसाहेब हे एकमेव विद्वान होते. भाऊसाहेबांचा इतिहासाचा व्यासंग प्रचंड होता, म्हणून तर त्यांची निवड झाली होती. पुढचा कार्यक्रम म्हणजे पासपोर्ट, नाना प्रकारचे फॉर्म भरणे वगैरे होता. या सगळ्या गोष्टी करणं भागच होतं. भाऊसाहेबांनी संशोधनपर निबंधावर अखेरचा हात फिरवण्याचं काम तूर्त बाजूला ठेवून फॉर्म भरण्याचं काम सुरू केलं.

कसले कसले प्रश्न होते! तुम्हाला किंवा तुमच्या पूर्वजांना किंवा कुटुंबातल्या सध्याच्या सदस्यांना कधीतरी पीतज्वर (यलो फीवर) झाला होता काय? तुम्ही एड्सग्रस्त आहात काय? कंडोम न वापरल्यामुळे एड्सग्रस्त झाला आहात काय? तुमच्यासह कुटुंबात कुणाकुणाला कॅन्सर झाला आहे? तुमच्या घराण्यात कुणी वेडे होते काय? आहे काय? तुमचं ब्लडप्रेशर नॉर्मल असतं काय? जन्मल्यापासून प्रस्तुत फॉर्म भरेपर्यंत गोवर, कांजण्या, हिवताप, साधा ताप, घटसर्प, टायफॉईड, कॉलरा, क्षय, न्यूमोनिया हे सर्व आजार येऊन गेले काय? त्यांची वर्षवार माहिती द्या.

भाऊसाहेब लंडनमध्ये जेमतेम एक आठवडा राहणार होते. परिषद संपल्यावर चार ठिकाणं बघून भारतात परत येणार होते. तेवढ्यासाठी त्यांना नाना प्रकारच्या प्रश्नांना उत्तरं द्यावी लागली होती. सगळे फॉर्म श्री क्षेत्र दिल्ली इथं पाठवले गेले. तिकडून ओ. के. होऊन आल्यावर ते मुंबईहून लंडनला जाणार होते. हे फॉर्म-प्रकरण भाऊसाहेबांना त्यांच्या शोधनिबंधापेक्षाही कठीण वाटलं होतं. परंतु करणार काय? फॉर्मच्या फॉरमॅलिटीज पूर्ण करणं भागच होतं. भाऊसाहेब अक्षरशः वैतागून गेले होते. आता दिल्लीहून परवानगी वगैरे कधी येते, याची वाट ते पाहत होते.

लंडनला जायचा दिवस जवळ येत चालला. भाऊसाहेब अस्वस्थ होते.

फॉर्म भरणं / ८५

एकेक दिवस जसजसा जाऊ लागला, तसतशी अस्वस्थता वाढू लागली. दिल्लीला जाऊन येण्याइतकाही अवधी नव्हता. फोन लावून बघितला; काही उपयोग नाही. दिल्लीतल्या नातेवाइकाला फोन लावून चौकशी करायला सांगितलं. पण काहीही उपयोग झाला नाही. आपले फॉर्म कसल्या लाल फितीत गुरफटून पडले, या चिंतेनं ते व्याकुळ झाले होते.

आणि पोस्टमन लठ्ठ टपाल घेऊन आला. भाऊसाहेबांना आनंद वाटला. उत्सुकतेनं ते वाचू लागले. त्यांचे फॉर्म परत आले होते. त्यांना जोडून एक पत्र होतं. त्या पत्रात असं लिहिलं होत की, तुम्ही फॉर्म पूर्ण भरला नाही. त्यामुळे पुढील कार्यवाही होऊ शकत नाही. फॉर्म 'ए- ५ एफ'च्या पान ३ वरील प्रश्न नंबर ७ आणि ७ ए यांची उत्तरं लिहिली नाहीत, म्हणून या अपूर्ण फॉर्मचा विचार करता येत नाही. वर निर्दिष्ट केलेल्या ७ आणि ७ ए या प्रश्नांची उत्तरं लिहून हे सर्व पेपर्स रजिस्टर्ड टपालाने सात दिवसांच्या आत पाठवावेत. योग्य कालावधीत उत्तर पाठवलं जाईल वगैरे.

वाट लागली! कसलं लंडन, कसली परिषद आणि कसला विद्वत्तापूर्ण निबंध: फॉर्मांची ऐशी की तैशी! भाऊसाहेबाचं लंडनला जाणंच आपोआप रद्द झालं. परिषद चार दिवसांवर येऊन ठेपली होती. भाऊसाहेबांनी कपाळावर हात मारून घेतला. व्यथित अंतकरणानं त्यांनी पान ३, प्रश्न ७ आणि ७ ए, काय आहे हे पाहिलं. ते प्रश्न असे होते—

प्र. ७- तुम्ही गरोदर आहात काय?

प्र. ७ ए- गरोदर असल्यास सध्या कितवा महिना आहे?

अक्षरश: ॲटमबॉब! हे दोन प्रश्न ते पुरुष असल्यामुळे सोडून दिले होते. फॉर्मवर प्रारंभीच मेल/फीमेल (पुरुष/स्त्री) असं छापलं होतं. तिथं आपण मेल असं लिहिलं होतं. त्यामुळे गरोदर असण्याचा प्रश्नच नव्हता. पण सरकारी चाकोरी म्हणजे चाकोरी! विचारलेल्या प्रश्नांची उत्तरं दिलीच पाहिजेत. त्यापायी भाऊसाहेबांच्या संपूर्ण कार्यक्रमावर पाणी पडलं.

असले फॉर्म कोळून प्यायलेल्या एका जाणकारानं भाऊसाहेबांना सांगितले, की असं लिहायला पाहिजे होतं— मी पुरुष आहे. ---- नैसर्गिक तरतूद नसल्यामुळे मी गरोदर राहू शकलो नाही, याबद्दल मी दिलगीर आहे. मी गरोदरच नसल्यामुळे कितवा महिना हा प्रश्न उपस्थित होऊ शकत नाही. पुन्हा एकदा दिलगिरी व्यक्त करतो.

★ ★ ★

११.
अंगठीचा प्रभाव

अंगठी-अंगठीत फरक असतो. दुष्यन्तानं शकुंतलेला दिलेली अंगठी होडीतून जात असताना पाण्यात पडली. त्यावरून पुढलं सगळं शाकुंतल नाटक घडलं. लग्न झाल्याची खूण म्हणून दुष्यन्तानं दिलेली अंगठी दाखवायला जाते, तर बोटातली अंगठी गायब. तेव्हा शकुन्तला म्हणते, 'हा धिक! अंगुलीयकशून्या मे अंगुली', 'हाय रे दैवा! माझ्या बोटात अंगठी नाही.' पुढं राजाला ती अंगठी मिळते. तेव्हा शकुंतला दुष्यन्त राजाला म्हणते, 'आर्यपुत्र एतत् तद् अंगुलीयकम्!' 'आर्यपुत्र हीच ती अंगठी' वगैरे. एखादी अंगठी विस्मरण घडवून आणते, तर रामानं मारुतीजवळ दिलेली स्वत:ची अंगठी खूण म्हणून दाखवल्यावर अशोकवनातल्या सीतेला सर्व घटनांचं स्मरण होतं. या झाल्या पुराणमधल्या अंगठ्या. आता हल्लीच्या अंगठ्यांबद्दल पाहू या.

मी एका हिंदी वर्तमानपत्रात एक जाहिरात वाचली. ती जाहिरात मी माझ्या हिंदीत सांगतो. माझ्या हिंदीत सांगतो, याचं कारण ते हिंदी तुम्हालाही कळावं, हे आहे. त्या जाहिरातीत असं म्हटलं होतं की, त्या अंगठीचा संबंध डायरेक्ट भगवान शंकराशी जाऊन पोहोचतो. गुरू महाराज—त्याचं नाव बाबा भोले अंगुठीप्रसाद—जाहिरातीत म्हणतात, 'यह अंगठी हमारे दादाजी के पिताजीको साक्षात भगवान भोलेनाथजीने पुराण कालमे दिया था. हमारे दादाजी, हमारे पिताजी उसका प्रभावसे शेकडो लोगो की कार्यसिद्धी करते थे. मै भी आजतक हजारो लोगों का कल्याण किया है।'

पुढं त्या जाहिरातीत काय म्हटलं होतं, ते तुम्हाला नीट कळावं म्हणून मराठीतच सांगतो. बाबा भोले अंगुठीप्रसाद ती दिव्य अंगठी समोर ठेवतात. मग दुसरी साधी घेऊन त्या साध्या अंगठीवर दिव्य अंगठीची सावली पाडतात. तोंडानं काही मंत्र म्हणतात. (नेहमीचेच

ऱ्हाम ऱ्हिम ऱ्हुम, ऱ्हिम ऱ्हाम) त्या सावलीतून दिव्य अंगठीचा प्रभाव आणि तेज साध्या अंगठीत उतरतं. मग ती साधी अंगठीसुद्धा दिव्यत्वाला जाऊन पोहोचते. अशी अंगठी प्रभावी असते. त्या अंगठीमध्येही प्रतवारी असते. साधी मंतरलेली अंगठी, खग्रास चंद्रग्रहणाच्या वेळी मंतरलेली अंगठी आणि खग्रास सूर्यग्रहणाच्या वेळी मंतरलेली अंगठी! जाहिरात बरीच मोठी होती. आपण प्रत्यक्षच जाऊन भेटावं, म्हणून मी हॉटेल शिवानंद, तिसरा मजला, खोली नंबर ३०३, सामळदास कटारिया रोड, अंधेरी (पश्चिम), मुंबई या पत्त्यावर जाऊन त्यांना भेटलो.

बाबा भोले अंगुठीप्रसाद यांना सर्व जण बाबा म्हणत होते. बाबा आधी आलेल्या माणसाशी बोलत होते. बाबाच्या डोक्यावरचे केस, लांब दाढी—सगळे सगळे केस पांढरे शुभ्र होते. बाबा वयस्कर दिसत होते. तिथंच असलेल्या त्यांच्या शिष्याला विचारलं, ''बाबांचं वय काय असेल?'' तेव्हा शिष्य म्हणाला, ''मलासुद्धा त्यांचं नक्की वय माहीत नाही. कारण मी हल्ली-हल्लीच साडेतीनशे वर्षांपूर्वी त्यांचा शिष्य झालो आहे.''

शिष्याचं ते 'हल्ली-हल्लीच' ऐकून मी चकितच झालो. थोड्या वेळानं बाबांनी मला बोलावलं.

''काय काय पाहिजे ते सांग'' बाबा म्हणाले.

''नोकरीत मी बॉस झालो पाहिजे. राहायला बंगला पाहिजे. कार पाहिजे. हिंदुस्थानातल्या सगळ्या लॉटऱ्यांची पहिल्या नंबरची बक्षिसं मला मिळाली पाहिजेत. ऑफिसातली ती क्वीन सोनाली साने आहे ना, तिनं माझ्यावर प्रेम केलं पाहिजे. नंतर माझ्याशी लग्न केलं पाहिजे. माझा रंग सोनालीला साजेसा उजळ कर. डोक्यावर निम्मं टक्कल आणि निम्मे पांढरे केस अशी अवस्था आहे. तिथं घनदाट काळे कुळकुळीत केस येऊ देत. बाहेरही चार-सहा ठिकाणी माझं कुठं कुठं जमू दे. तेवढाच रुचिपालट. शंभराव्या वर्षीही मी आणि सोनाली पंचविशीतल्या जोडप्याप्रमाणे दिसलो पाहिजेत. गायनात मी भीमसेन जोशी, तर सोनाली लता मंगेशकर झाली पाहिजे. क्रिकेटमध्ये मी सचिन तेंडुलकर, तर सोनाली टेनिसमध्ये स्टेफी ग्राफ झाली पाहिजे. तूर्त एवढं पुरे. बाबा, माझ्या या सर्व इच्छा तुम्ही पूर्ण करू शकाल काय?''

''अवश्य!'' बाबा म्हणाले, ''ही दिव्य अंगठी आहे ना, ती माझ्या पणजोबाला प्रत्यक्ष शंकरानं दिली आहे. या अंगठीचा किस्सा असा आहे—शंकराचं लग्न पार्वतीबरोबर झालं. पार्वती हिमालयाची मुलगी होती. म्हणजेच हिमालय शंकराचा सासरा आणि शंकर हिमालयाचा जावई—असं नातं झालं. हिमालयानं लग्नासाठी दोन अंगठ्या आणल्या होत्या. एक पार्वतीला दिली आणि दुसरी जावयाला. ही

झाली पूर्वकथा.''

असं म्हणून बाबा पुढं सांगू लागले, ''माझ्या पणजोबांनी कठोर तपश्चर्या करून शंकराला प्रसन्न करून घेतलं. शंकर लवकर प्रसन्न झाला. (म्हणून त्याला आशुतोष म्हणतात. आशु म्हणजे लवकर आणि तोष म्हणजे तोषणारा, संतुष्ट होणारा.) 'वरं ब्रूहि' असं शंकरानं म्हटल्यावर पणजोबा म्हणाले, 'भगवान, मला तुमची अंगठी प्रसाद म्हणून द्या.' शंकर अडचणीत पडला. पार्वती म्हणाली, 'देऊन टाका ना. बाबांना सांगून दिवाळसणाला दुसरी अंगठी द्यायला लावते.' मग शंकरानं आमच्या पणजोबांना बोटातली ती अंगठी काढून दिली. तेव्हापासून ही अंगठी आमच्या घराण्यात पिढ्यान् पिढ्या चालत आली आहे.''

''शंकरानं पणजोबांना अंगठी देऊन साधारण किती वर्षं झाली असतील?'' मी विचारलं.

''सांगतो हं,'' बाबा म्हणाले, ''आता कलियुग सुरू होऊन पाच हजार वर्षं होऊन गेली. मागचं युग द्वापारयुग होतं. द्वापारयुग संपायला सात हजार वर्षं बाकी असताना भगवान शंकरानं माझ्या पणजोबांना ही अंगठी दिली.''

''त्या वेळी पणजोबांचं वय काय होतं?'' मी सहज जिज्ञासेनं विचारलं.

''मी स्वत: पणजोबांना पाहिलं नाही; परंतु माझे आजोबा सांगायचे, की शंकर प्रसन्न झाले तेव्हा ते फक्त सहा हजार वर्षांचे तरणेबांड होते.'' बाबा पुढं म्हणाले, ''आमच्या घराण्यात दीर्घायुष्याची परंपराच आहे.''

''बरं बाबा, मी कोणती अंगठी घेऊ?'' मी मुद्द्याचा प्रश्न विचारला.

''साधी मंतरलेली ही तांब्याची अंगठी घ्याल, तर ती एक हजार रुपयांना पडेल.''

''एक हजार म्हणजे फार होतात— तेसुद्धा साध्या तांब्याच्या अंगठीला?'' मी नको तिथं घासाघीस करू लागलो.

बाबा म्हणाले, ''वत्सा, हल्ली रुपयाचं अवमूल्यन किती झपाट्यानं होतंय. ३६ रुपयांपेक्षाही जास्त पैसे एका अमेरिकन डॉलरला द्यावे लागतात आणि एका स्टर्लिंग पौंडाला जवळजवळ ५९ रुपये द्यावे लागतात.''

''बरं, खग्रास चंद्रग्रहणाची अंगठी किती रुपयांना पडेल?'' मी विचारलं.

''ही अंगठी चांदीची असून तिला दहा हजार रुपये पडतील'' बाबांनी सांगितलं.

''आणि खग्रास सूर्यग्रहणकाळात मंतरलेली अंगठी कितीपर्यंत पडेल?'' मी विचारलं.

''पंचवीस हजार रुपये. या अंगठ्या सध्या माझ्याकडे दोनच आहेत. त्यांतली

एक आधीच बुक झाली आहे. गेल्या ऑक्टोबरात इंग्लंडच्या राणी एलिझाबेथ आल्या होत्या ना, त्यांना विवंचना-विमोचनासाठी हीच अंगठी पाहिजे. ती त्यांना दिली, की फक्त एकच शिल्लक राहते. ही अंगठी शुद्ध सोन्याची असून तिच्यावर गुरूचा पॉवरफुल खडा बसवला आहे.'' बाबा म्हणाले.

''पंचवीस हजार म्हणजे टू मच होतात. मी आपला सर्वसामान्य मध्यमवर्गीय माणूस आहे. एकदम पंचवीस हजार कुठून आणू?''

''ठीक आहे. पाच हप्त्यांत दे.'' बाबा म्हणाले. ''अरेच्या! पाच हप्ते कशाला? दोनच हप्ते पुरेत. कारण तू ही अंगठी हातात घातलीस, की लगेच गडगंज श्रीमंत होणार आहेस. बाकीचे वीस हजार रुपये तू तीन-चार दिवसांतच परत आणून देऊ शकशील.''

मला हे पटलं. बाबा जरा समजुतीनं घेणारे दिसले. मी बाबांना पाच हजार रुपये आणून दिले. बाबांनी 'ॐ नमः शिवाय, ॐ नमः शिवाय, ॐ नमः शिवाय' असं तीनदा म्हणून ते पैसे ठेवून घेतले. मग बाबा म्हणाले, ''तू दहा ग्रॅम सोन्याची अंगठी घेऊन ये.''

''पण ही अंगठी इथं आहे ना?'' मी चिकटपणा करत म्हणालो.

''वत्सा, ही अंगठी साक्षात् भगवान शंकरानं माझ्या पणजोबांना दिली होती; ती देता येत नाही. या अंगठीच्या छायेतच दुसरी अंगठी मंतरून द्यायची असते. चटकन् सोन्याची अंगठी घेऊन ये. सकाळी ब्राह्ममुहूर्तावर ती मंतरून ठेवतो.''

मी घरी आलो. आणखी पैसे घेऊन सराफाकडे गेलो. अंगठी घेतली. बाबांनी दिलेला गुरूचा खडा त्या अंगठीत बसवून घेतला. मग मी बाबांकडे गेलो. बाबा माझी वाट पाहत होते. मी त्यांना अंगठी दिली. ''ती अंगठी मूळ अंगठीच्या छायेत मंत्रून मला दिली. अंगठी पुडीत बांधून दिली आणि सांगितले,'' घरी गेल्यावर देवापुढे ठेव आणि अंगठी बोटात घालून झोप.''

बाबांनी सांगितल्याप्रमाणे केलं. झोपलो. दिवसभर जे मनात घोळत होतं, तेच रात्री स्वप्नात आलं.

''मी बॉस झालो. बंगला, कार सर्व काही मिळालं. प्रत्येक लॉटरीचं पहिलं बक्षीस मला मिळालं. केस काळे कुळकुळीत आणि भरपूर आले. शरीराचा रंग उजळ झाला. ती ठकी सोनाली साने मला बघितले की नाक मुरडायची; तीच सोनाली नाक मुठीत धरून आली आणि मला म्हणाली, 'मला माफ करा.' माझं तुझ्यावर प्रेम आहे. तू माझ्याशी लग्न कर, अशी तुला हात जोडून विनंती आहे.' वगैरे वगैरे सर्व इच्छा स्वप्नात पूर्ण झाल्या. या स्वप्नाचं आणखी एक वैशिष्ट्य म्हणजे स्वप्नामध्ये सुरुवातीला त्या बाबा भोले अंगुठीप्रसादला भेटायला गेलो होतो. हॉटेल

शिवानंद, तिसरा मजला, रूम नं. ३०३, सामळदास कटारिया मार्ग, अंधेरी (प) मुंबई हा पत्ताही स्वप्नातलाच. बाबाही स्वप्नातलेच आणि खग्रास सूर्यग्रहणाला मंतरलेली अंगठीही स्वप्नातलीच होती. वर्तमानपत्रातल्या तसल्या जाहिराती वाचण्याच्या छंदातून हे अंगठीचं स्वप्न मला पडलं होतं.

★ ★ ★

१२.
काव्यातला पॉवरबाजपणा

कविता जोपर्यंत निरनिराळ्या वृत्तांतून केल्या जात असत, तोपर्यंत ठीक होतं. कविमंडळी मुद्दा सोडून फार भरकटत जात नसत. याचं एक मुख्य कारण म्हणजे प्रत्येक कविता त्या-त्या विवक्षित वृत्ताच्या (भृजंगप्रयात, शिखरिणी, शार्दुलविक्रीडित, पृथ्वी, इत्यादी) नियमानुसार होत आहे की नाही, प्रत्येक ओळीच्या शेवटी यमक जमतं की नाही, हे बघण्यासाठी सतत जागरूक राहावं लागत असे. शार्दूलविक्रीडित वृत्त म्हटलं की, प्रत्येक ओळीत म, स, ज, स, त, त हे गण आणि शेवटचं अक्षर गुरू जमलं की नाही, शेवटी यमक जमलं आहे की नाही— हे सगळं करता-करताच कवीची दमछाक होत असे. काही कवी तर यमकासाठी इतके घामाघूम होत असत की, ते प्रत्येक ओळीच्या शेवटी अगोदर एकाखाली एक यमक लिहून ठेवतात आणि मग प्रत्येक ओळीत शब्द कोंबत बसतात. शेवटी यमक जमलं की, कविता चांगली झाली, असा भास (योग्य शब्द : गैरसमज) निर्माण होतो.

या प्रकारचं एक उदाहरण घ्या. एका कवीनं प्रत्येक ओळीच्या शेवटी एकाखाली एक गोळा, पोळा, चोळा, डोळा, तोळा, सोळा, टोळा, भोळा असे यमक जमणारे शब्द लिहून ठेवले आणि मग त्या-त्या शब्दास अनुसरून, डावीकडच्या रिकाम्या जागी शब्द पेरले. (पेरले कसले? कोंबले!) मग कविता अशी तयार झाली.

पूर्वसंचित झाले माझे गोळा
जणू सण बैलांचा श्रावणी पोळा
माझ्या वेदनेवर प्रेमबाण चोळा
तुझे प्रेम जणू आहे एक तोळा

कशी आहे कविता? कोणत्याही ओळीचा दुसऱ्या ओळीशी काहीही संबंध नाही. प्रत्येक ओळ दुसऱ्या ओळीशी फटकून आहे.

काही कविता काढून पाहा. केवळ शेवटचे यमकाचे शब्द जमले म्हणून तिला कविता म्हणायचं. पूर्वी ज्यांना वृत्तांचं चांगलं ज्ञान होतं, प्रतिभा होती, ज्यांचं शब्दभांडार समृद्ध होतं, असे लोकच कवितेला हात घालत असत. वृत्तामध्ये पाणी हा शब्द बसत नसेल तर जल, नीर, अंबू, पय, आप, वारि, सलिल, जीवन यांपैकी कोणता शब्द बसेल, किंवा पृथ्वी शब्द वृत्तात बसत नसेल तर मोदिनी, पृथिवी, वसुधा, वसुंधरा, मही, क्ष्मा, धात्री, रत्नगर्भा, भूमी, भू, धरा, धरित्री, धरणी, क्षोणी, क्षिति, काश्यपी, वसुमती, ऊर्वी, अवनि, क्षमा, सागराम्बरा यांपैकी कोणता शब्द योग्य प्रकारे बसेल, याचं ज्ञान जुन्या कवींना असे. कारण त्यांचे शब्दभांडार समृद्ध असे.

वृत्तबद्ध कवितांची परंपरा या देशात शेकडो वर्षांपासून अव्याहतपणे चालत आली होती. या शतकाच्या सुरुवातीपर्यंत ही परंपरा सुरू होती. तशी ती परंपरा आजही थोडीफार सुरू आहे. परंतु तिचं एकमेवाद्वितीयत्व मात्र आता उरलं नाही. मराठीत कवितांचं नवयुग निर्माण करणारे कवी केशवसुत यांनीही वृत्तांची मोडतोड केली नव्हती. त्यांच्या 'तुतारी' या कवितेत ते म्हणतात, 'जुने जाऊ द्या मरणालागुनि, जाळुनि किंवा पुरुनी टाका.' हा तडाखेबंद संदेश दिला तरी स्वत: मात्र हे पारंपरिक जातिवृत्तातून सांगितलं होतं. नंतरचे नवकवी बा. सी. मर्ढेकर. विचारानं चांगलेच पुरोगामी, पण पुरोगामित्व मात्र कधी कधी चक्क अभंगांतून सांगितले. अन्य प्रसिद्ध कवी बोरकर, माडगूळकर, बापट-पाडगावकर-करंदीकर यांनीही वृत्ताची बंधनं पाळली.

परंतु, अचानक क्रांती झाली. काव्यामधलं 'वृत्त' हे प्रकरण मोडीत टाकलं गेलं. वृत्तकी ऐशी की तैशी, वृत्तको मारो गोळी, वृत्त म्हणजे स्फूर्तीको अडथळा, असले नवीन विचार आले आणि खरंच, या विचाराच्या लोकांनी म्हणजे कवी होऊ पाहणाऱ्या लोकांनी, सगळ्या पारंपरिक वृत्तांचं गाठोडं बांधून ज्याला जे ठिकाण जवळ पडलं त्या ठिकाणी नेऊन बुडवलं. जे मुंबईत होते, त्यांनी चौपाटीवरच्या समुद्रात बुडवले. पुण्याच्या मंडळींनी मुळा-मुठेत बुडवलं. नाशिकच्या लोकांनी गोदावरीत बुडवलं. ज्या गावात नदी, समुद्र वगैरे नव्हतं, तिथल्या मंडळींनी डबकं, गटार, तळं इत्यादी ठिकाणी बुडवलं. तात्पर्य— सगळी वृत्तं बुडवून टाकली. पाठोपाठ यमकांची बंडलं बांधून त्यांचीही विल्हेवाट वरील पद्धतीने लावण्यात आली. केशवसुत म्हणाले होते, 'जाळून किंवा पुरुनी टाका'; परंतु या नवमंडळींनी 'बुडवून टाका' हा तिसराच पर्याय हाताळला.

आता कविता करू इच्छिणाऱ्या कवींना कसं मोकळं मोकळं वाटतं, हलकं लकं वाटतं. त्यामुळे मराठी भाषेत, विशेषत: काव्यसृष्टीत प्रचंड क्रांती झाली. आता

कुणालाही कवी होणं शक्य झालं आणि झालंही तसंच. मी आणि इतर थोडे लोक सोडले तर बाकीचे सगळे लोक कवीच आहेत, असं वाटण्याइतकी कवींची संख्या वाढली. कुठंही ओळी तोडायच्या, काहीही लिहायचं, असं मुक्त वातावरण निर्माण झालं. त्यामुळे एक नवीन शोध लागला. कवी किती पॉवरबाज असू शकतो, हे निदर्शनास आलं. पूर्वीच्या कवींना वृत्तांच्या चौकटीबाहेर हालचालच करता येत नसे. समजा, जुन्या कवला असं म्हणायचं आहे की, 'हिमालयाचं चूर्ण करून ते पॅसिफिक महासागरात फेकून द्यायचं आहे.' इतकी सुमारे एक हजार डिग्री सेल्सिअस उष्णतेची वाक्यं, मोठ्यांतल्या मोठ्या अशा समुंदरमाला वृत्तातसुद्धा नियम पाळून बसवणे अशक्य आहे. म्हणून तर कविकुलगुरू कालिदाससुद्धा, 'अस्त्युत्तरस्यां दिशि देवतात्मा हिमालयो नाम नगाधिराज:' (कुमारसंभव १:१) म्हणजे, 'उत्तर दिशेला पर्वतांचा राजा हिमालय आहे', असं एक साधं वस्तुस्थितिनिदर्शक वाक्य टाकून मोकळा झाला. मोडतोड, आदळआपट वगैरे काही केलं नाही. कालिदास 'उपजाति' हे वृत्त, त्या वृत्तातील ज, त, ज हे गण आणि शेवटची दोन अक्षरं गुरू हे तंत्र सांभाळणारं की बेफाट कल्पना लढवणारं?

हल्लीचे कवी मुक्त असल्यामुळे वाटेल तशा कविता हाणू शकतात. (वाचकांच्या टाळक्यांवर हाणणंच की!) एक कवी म्हणतो,

''आर्किमिडीज म्हणतो,
'गिव्ह मी ए प्लेस
टु स्टँड ऑन, अँड
ए लार्ज इनफ लिव्हर अँड-
आय विल मूव्ह द अर्थ.'
हे इतकं दिल्यावर
कुणीही पृथ्वी हलवील.
मला फक्त
दुकानातून पृथ्वीचा गोल
आणून द्या.
मी पृथ्वी गदागदा गदागदा
हलवून दाखवतो.''
दुसरा पॉवरबाज कवी म्हणतो,
''परमेश्वरा,
तुझा गणित विषय
पक्का असेल तर,

बोफोर्स, पशुखाद्य
चर्मोद्योग, हर्षदोद्योग
कल्पनाथोद्योग ते थेट
भन्साळी-उद्योगपर्यंत
करा घोटाळा किती
अब्ज रुपयांचा आहे?
हिशेब चुकलास तर
परमेश्वरा
तुला डिसमिस्च करीन.''
पाचवा पॉवरबाज कवी म्हणतो,
''मी सध्या ८९ अंशावरचं अक्षवृत्त आहे.
मला विषुववृत्त व्हायचे आहे.
पण सध्याचं विषुववृत्त
जाम फेविकॉल लावून बसलं आहे.
म्हणून मी ध्रुवप्रदेशातल्या
थंडीत युगानुयुगं कुडकुडत आहे.
विषुववृत्ताच्या नान्याची टांग!''
कवींचा पॉवरबाजपणा, पॉवरबाजपणा म्हणतात तो असा असतो.

★ ★ ★

१३.
आकडे आणि आकडेवारी

ब्रह्म हे अत्यंत सूक्ष्मातिसूक्ष्म तत्त्व असून त्यापासून अवाढव्य ब्रह्मांड निर्माण झालं आहे, असं तत्त्ववेत्ते सांगतात. तसलाच आणखी एक प्रकार सांगतो. या जगामध्ये अक्षरश: असंख्य आकडे आहेत आणि शब्दही अक्षरश: असंख्य आहेत. आकडे आणि शब्द यांनी संपूर्ण जग व्यापून टाकलं आहे. असं असलं तरी आकडे आणि शब्द यांचा जन्म एकाच अगदी छोट्या पुस्तकात झाला आहे. ते पुस्तक जर ब्रह्म मानलं, तर जग व्यापून राहिलेले आकडे आणि शब्द म्हणजे ब्रह्मांड होय. या लहान पुस्तकाचं नाव 'अंकलिपी' असं आहे. या पुस्तकापासून अभ्यासाचा प्रारंभ होत असतो. असं असूनही हे पुस्तक नम्र आहे. अजूनही त्याची किंमत एक रुपयाच्या आत-बाहेर एवढीच आहे. या अत्यल्प किमतीवरच अंकलिपी हे पुस्तक संतुष्ट आहे. पूर्वी तर अंकलिपी फक्त एक आण्यालाच मिळत असे.

अंकांतून एकपासून नऊपर्यंत वाटेल तेवढी शून्यं देता येणाऱ्या असंख्य संख्या तयार करता येतात. त्याचप्रमाणे लिपीतील अक्षरांपासून लाखो शब्द तयार करता येतात. 'एका बीजापोटी तरू कोटी कोटी' या अभंगचरणाप्रमाणे अंक आणि लिपी या दोन बीजांतून कोटी कोटी अंक आणि सर्व भाषांतले मिळून कोटी-कोटी शब्द तयार होतात. अवघे एक ते नऊ आकडे आणि दहावं शून्य मिळून आकड्यांचं ब्रह्मांड तयार करता येतं. तर अ—आ पासून ह ळ क्ष ज्ञ पर्यंतच्या बावन्न अक्षरांपासून किंवा एपासून झेडपर्यंतच्या अवघ्या सव्वीस अक्षरांतून शब्दांचं ब्रह्मांड तयार करता येतं. या सगळ्याचं मूळ अंकलिपी या छोट्याशा पुस्तकाला आहे. 'इवलेसे लावले रोप, त्याचा वेलू गेला गगनावरी' असं अफाट कर्तृत्व अंकलिपी या पुस्तकाला आहे. मोठमोठे गणितज्ञ घ्या, नाही तर शेक्सपिअर-कालिदासासारखे महान साहित्यिक घ्या; सगळे जण शेवटी

अंकलिपीची लेकरं आहेत. मोठमोठे शब्दकोश घ्या नाही, तर गॅलॅक्स्यांमधल्या ताऱ्यांची संख्या मोजणारे प्रचंड आकडे घ्या; शेवटी तीही अंकलिपीची लेकरं आहेत.

आकडे आणि शब्द वयात आल्यावर दोघांनीही आपापले निराळे व्यवसाय सुरू केले. घरंही निराळी केली. तरीही दोघांचंही एकमेकांकडे नेहमी जाणं-येणं असतं. कारण दोघांनाही एकमेकांचं साह्य घ्यावंच लागतं. आकड्यांबद्दल काही सांगायचं असलं, तर शब्दांनाच ते काम करावं लागतं. तसंच अनेक घडामोडी, आर्थिक व्यवहार, विश्वाचा पसारा, अनेक प्रकारची मोजमापं— अशा अनेक प्रसंगी शब्दांनाही आकड्यांचं सहकार्य घ्यावचं लागतं. शब्द आणि आकडे असे परस्परावलंबी आहेत. शब्द आणि आकडे आहेत म्हणून मानवी व्यवहार, मानवी जीवन नीटपणे होऊ शकतं. शब्दही नसते आणि आकडेही नसते, तर माणसांची फार पंचाईत झाली असती. माणसाला दोन प्रकारची बोलणी येतात. एक म्हणजे खरं बोलणं आणि दुसरं खोटं बोलणं. तुम्ही खरं बोला नाही, तर खोटं बोला; दोन्ही ठिकाणी शब्दांचं अधिष्ठान पाहिजेच. तसंच तुम्ही पाच रुपयांची पाव किलो द्राक्षं घ्या (आजच्या सकाळी आणली म्हणून ताजा भाव कळला.), नाही तर हर्षद मेहताचा पाच हजार कोटी रुपयांचा शेअर घोटाळा घ्या; तिथं आकडे पाहिजेतच. आकडे असल्यावाचून पाच हजार कोटी रुपयांचा घोटाळा करणं कसं शक्य झालं असतं?

आकडे आणि आकडेवारी या दोन गोष्टींबद्दल (वस्तुतः एकच गोष्ट आहे.) मला नेहमीच कुतूहल वाटत असतं. नुसतं कुतूहल नाही, तर भीती वाटत असते. कारण, 'यत्र यत्र अंकः तत्र तत्र गणितम्' असतं. माझा आणि गणितांच्या आकड्यांतल्या एकाच 'व्यक्ती'चा परिचय आहे. ती 'व्यक्ती' म्हणजे शून्य होय. प्रत्येक गणिताच्या परीक्षेच्या पेपरात या शून्यानं मला सतत सहकार्य केलं आहे. याचं कारण, मीच फक्त गणितात कच्चा आहे हे नसून, आमच्या घराण्यातच गणित न येण्याची चाल आहे. मलाही घराण्याच्या चाली-रीती, परंपरा मोडणं जमलं नाही. म्हणून मला आकडे म्हटलं की, भीतीच वाटते. एकावर एक शून्य दिलं तर दहा होतात, दोन शून्यं दिली तर शंभर होतात, तीन शून्यं दिली तर एक हजार होतात—इथवर मी काहीशा विश्वासानं सांगू शकतो. नंतर मात्र विश्वास डळमळू लागतो. एकावर चार शून्यं दिली तर दहा हजार होतात, हे मी चाचरत-चाचरत सांगतो. तिथून विश्वास गायब होतो. एकावर पाच शून्यं दिल्यावर एक लाख होतात, की दहा लाख होतात याचा घोळ सुरू होतो. एकावर सहा शून्यं दिल्यास एक लाख होतात की, दहा लाख होतात किंवा एक कोटी तर होत नसतील ना, अशी तिहेरी शंका येऊ लागते.

एकीकडे माझं आकड्यांबद्दलचं हे प्रखर अज्ञान, तर तिकडे एकच माणूस

पाच हजार कोटी रुपयांचा घोटाळा लीलया करून दाखवतो. पाच हजार कोटी म्हणजे एकावर किती शून्यं असं विचारलं, तर मी त्या क्षणीच शरणागती पत्करीन. शून्यं लिहिण्याच्या भानगडीतच पडणार नाही. मी एक बघून ठेवलं आहे— मी सोडून बहुतेक सर्वांना कितीही मोठे आकडे असोत, त्यांना त्याचं काहीही वाटत नाही. माजी दूरसंचारमंत्री सुखराम यांच्या साडेतीन कोटी रुपयांच्या नोटा पोत्यांतून भरून ठेवल्या होत्या. सुखराम यांनी साडेतीन कोटी रुपयांच्या नोटा कशा काय मोजल्या असतील, याचं आश्चर्य वाटतं. नोटा मोजण्याची शुद्ध भारतीय पद्धत म्हणजे, अंगठा आणि शेजारचं बोट यांना थुंकी लावून नोटा मोजणे. साडेतीन कोटी रुपयांच्या नोटा मोजेपर्यंत त्यांना किती थुंकी लागली असेल, याचा भाबडा हिशेब मी करत होतो.

मोठमोठे आकडे वाचले की, मी चक्रावूनच जातो. मुंबई बी. ई. एस. टी. (बेस्ट) च्या बसेसमधून १९९५-९६ या वर्षभरात एक अब्ज, ७१ कोटी, १० लाख ७९ हजार ९९५ इतक्या लोकांनी प्रवास केला. कमाल आहे की नाही? १ जानेवारी १९९५ ते ३१ मार्च १९९६ च्या मध्यरात्रीपर्यंत इतक्या लोकांनी प्रवास केला. इतकी माणसं मोजणं म्हणजे जोक नाही. हे प्रवासी रात्रंदिवस ३२३० बसेसमधून प्रवास करत होते. दररोज ४७ लाख, ४६ हजार, ३२१ इतके प्रवासी प्रवास करतात. १९९५-९६ या वर्षात 'बेस्ट'चं एकंदर उत्पन्न ३ अब्ज, ७८ कोटी, ७३ लाख, ३३ हजार ३४९ रुपये झालं होतं. केवळ एका महानगरातील परिवहन उपक्रम इतके पैसे मिळवतो, म्हणजे कमाल आहे!

असे मोठमोठे आकडे ऐकले की छाती दडपून जाते. ज्या व्यक्ती मोठमोठ्या संख्या सहज लिहितात, त्यांना आपण दोन/तीन शून्यं कमी किंवा जास्त तर लिहिणार नाही ना, याची भीतीसुद्धा वाटत नाही याचं आश्चर्य वाटतं. परवा एका पुस्तकात वाचलं, की भारताचं राष्ट्रीय उत्पन्न ४ लाख ७३ हजार, २४३ कोटी रुपये आहे. आता ही संख्या सविस्तर लिहिली तर किती ऐसपैस होईल, या कल्पनेनं मी गांगरून गेलो. समजा, कुणी तरी बरोबर शून्यं या संख्येपुढं लिहून दिली आणि मला वाचायला सांगितलं, तरीही वाचता येणं कठीणच.

आकड्यांप्रमाणेच आकडेवारी आणि टक्केवारी हे प्रकरणही असंच आहे. वर्तमानपत्रांतून बऱ्याच वेळा पुरुष किंवा स्त्री भाजल्याच्या बातम्या येतात. आगीमुळे किंवा आत्महत्येच्या प्रयत्नामुळे शरीर भाजलं जातं. वर्तमानपत्रात हे भाजणं नेहमी 'टक्के'मधे येत असतं. अमुक स्त्री त्र्याण्णव टक्के भाजली, तमुक माणूस सत्याहत्तर टक्के भाजला, असं छापून येतं. त्या भाजलेल्या व्यक्तीच्या संपूर्ण शरीराचं घनफळ कोण काढतं आणि भाजलेल्या भागाचं घनफळसुद्धा कसं काढलं जातं, याचं मला

नेहमी आश्चर्य वाटतं. निम्मं शरीर भाजलं, अर्ध्याहून थोडं कमी शरीर भाजलं, शरीराचा जवळजवळ पाऊण भाग भाजला, असं म्हटलं तर अंदाज येतो. पण सत्याण्णव टक्के, सत्त्याहत्तर टक्के, त्रेचाळीस टक्के भाजणं— हा प्रकार मला अगम्य आहे.

अशीच टक्केवारी पिकांच्या बाबतीत प्रसिद्ध होत असते. 'कालच्या वादळामुळे रत्नागिरी आणि सिंधुदुर्ग जिल्ह्यांतील पाडाला आलेल्या कैऱ्या पडल्यामुळे साडे-सत्तेचाळीस टक्के आंबे कमी येतील, असं अधिकृत सूत्राकडून कळतं', अशी बातमी वाचली की, मी आश्चर्यचकित होतो. हे अधिकृत सूत्र रत्नागिरी आणि सिंधुदुर्ग या दोन्ही जिल्ह्यांतील आंब्याच्या सगळ्या झाडांना रातोरात (तसल्या वादळात) भेटलं कधी, त्यानं प्रत्येक झाडावर शिल्लक असलेले आंबे आणि दोन्ही जिल्हाभर खाली पडलेले आंबे मोजून, पडलेल्या आंब्यांची सत्तेचाळीस टक्के ही टक्केवारी काढली कधी, याचं गूढ मला कळतच नाही.

कणसात दाणे भरले असता अवकाळी अवचित आलेल्या पावसामुळे पंचावन्न टक्के पीक हातचे जाणार, असं लगेच छापून येतं. पावसामुळे शेतात जिकडे-तिकडे चिखल झालेला असताना, वार्ताहरानं हजारो कणसं रातोरात मोजून पंचावन्न टक्के पीक हातचं जाणार, हे कसं सांगितलं, याचंही मला आश्चर्य वाटतं. आकडे आणि आकडेवारी हा विषय मला अगम्य आहे. त्यामुळे आकडे आणि आकडेवारी आली की, मी थक्क होऊन आश्चर्य व्यक्त करतो. मला तेवढंच जमतं.

★ ★ ★

१४.

केश-माहात्म्य

शरीरावर म्हणजेच तोंड आणि डोकं यांवर केशनामक केशारण्य असतं. डोक्यावर केस, दाढीचे केस आणि मिश्यांचे केस अशी या केसांची 'प्रादेशिक' वर्गवारी आहे. या तिन्ही 'प्रदेशांतले' केस शुक्ल पक्षातील चंद्राप्रमाणे सतत वाढतात. केस ही वस्तू वर्धिष्णू आहे. केसांना प्राचीन काळापासून इतिहास आहे. राज्यकर्ता हिंदू असो नाही तर मुसलमान असो त्याच्या डोक्यावर केसांचा पसारा असतो आणि जवळजवळ छातीपर्यंत पोचलेली दाढी असते. एवीतेवी परमेश्वरानं केस देऊन तर टाकले, असं माणसाला वाटतं. खरं म्हणे केस ही कसलंही काम न करणारी वस्तू आहे. केस म्हटल्यास अचेतन आहेत, म्हटल्यास सचेतन आहेत. केस आपोआप वाढतात; म्हणजे केस सचेतन आहेत. शरीराचा कोणताही भाग कापला तर असह्य वेदना होतात; परंतु केस कापताना कसल्याही वेदना केसांना आणि पर्यायानं आपल्याला होत नाहीत. केस असले तरी चालतं आणि नसले तरी चालतं. उदाहरणार्थ, डोक्यावर संपूर्ण टक्कल असलेल्या लोकांचं एकंदरीत झकास चाललेलं असतं. उलट, ते अधिक सुखी असतात.

मी एकंदरीत बघून ठेवलं आहे. 'तो' प्रत्येक माणसाच्या पोटापाण्याची व्यवस्था करून ठेवतो. म्हणून तर तुकाराममहाराजांनी त्याला उद्देशून 'पोशितो जगासी एकलाची' असं म्हटलं आहे. गीतेत श्रीकृष्णानंसुद्धा, 'योगक्षेमं वहाम्यहम्' अशी गॅरंटी देऊन ठेवली आहे. हजारो लोकांचं पोट भरावं म्हणून तर परमेश्वर निरनिराळ्या गोष्टी नेहमी करत असतो. लाखो लोकांचं पोट भरावं म्हणून परमेश्वर आधी कोट्यवधी लोकांना कसलं ना कसलं व्यसन लावून टाकतो. काही कोटी लोक बिड्या ओढतात, कोट्यवधी लोक सिगारेटी ओढतात, कोट्यवधी लोक दारू पितात. गांजा, चरस, हेरॉईन, गुटखा, तपकीर...किती

सांगावं? माणसांना नाना प्रकारची व्यसनं असतात म्हणून तर बिड्यांचे व्यवसाय, सिगारेटींचे कारखाने, दारूचे कारखाने, हातभट्ट्या, गुटख्याचे कारखाने यांत जगभरात मिळून कोट्यवधी लोक गुंतलेले आहेत. या व्यसनापायी लाखो कुटुंबं पोसली जातात. लाखो लोकांना नोकऱ्या मिळतात. या व्यसनांचा कच्चा माल पुरवणाऱ्यांनाही रोजीरोटी मिळते.

जगात वाईट गोष्टीच कोट्यवधी लोकांचा उदरनिर्वाह करतात. 'पोशीतो जगासी एकलासी' हे ब्रीद सार्थ करण्यासाठी परमेश्वराला असे नाना प्रकारचे उपाय शोधून काढावे लागतात. परमेश्वर प्रथम चोर निर्माण करतो. त्यानिमित्तानं पाठोपाठ घराला दरवाजे, कुलपं, कपाटं, पोलीस, कोर्ट, वकील, न्यायाधीश, तुरुंग इतक्या गोष्टी निर्माण करतो. तसं करण्यावाचून चालतच नाही. कारण या सर्वांची पोटं कशी भरायची? या अनुषंगानं लॉ कॉलेजं, कायद्याची पुस्तकं, कोर्ट, तुरुंग, पोलीस स्टेशनं बांधण्यासाठी गवंडी, सुतार—एका पाठोपाठ एक शेकडो गोष्टी येतात. केवळ एक चोर हजारो-लाखो लोकांच्या पोटापाण्याची सोय करतो.

आता मूळ मुद्द्याशी येऊन सांगायचं म्हणजे, केसांचंही तसंच आहे. अर्धसचेतन आणि अर्धअचेतन केस ते काय; पण या केसांमुळे लाखो लोक उदरनिर्वाह करतात. परमेश्वर हा एकंदरीत दूरदर्शी आहे, हेच खरं. लाखो लोकांची पोटापाण्याची सोय करणं, हे त्याचं महत्त्वाचं कार्य आहे. त्याची ती जबाबदारी आहे. त्यासाठी तो निरनिराळी उपाययोजना करतो. केससुद्धा त्यानं त्यासाठीच निर्माण केले आहेत. आपल्याला वाटतं, केस क्षुद्र आहेत. केसांना कोणतंही काम नेमून दिलेलं नाही. डोळे पाहण्याचं काम करतात, कान ऐकण्याचं काम करतात, हात शेकडो कामं करतात, पाय चालण्याचं काम करतात; तसं केस कसलं काम करतात? निसर्गानं केसांना कसलंही विवक्षित काम नेमून दिलं नाही. असं असूनही केस महत्त्वाचे आहेत. केस स्वत: काहीही करत नसले, तरी ते लाखो माणसांकरिता बरंच काही करतात. स्वत: निष्क्रिय राहून इतरांना काम करायला लावायचं, त्यातून त्यांना पैसे मिळवून द्यायचे, असं परोपकारी काम केस करत असतात. जगभर कुठंही जा—केस लाखो लोकांना पोसत असतात. मानवी समाजाला केसांचं हे फार मोठं योगदान आहे.

केसांची निगा राखण्यासाठी, डोक्यावरील केसांना लावण्यासाठी स्निग्ध पदार्थ लागतो. खोबऱ्याचं तेल, ब्राह्मी तेल, माक्याचं तेल, कॅस्टर ऑईल वगैरे लागतं. ही सर्व तेलं आपापल्या परीनं खूप खपतात. याशिवाय पोमेड, ब्रिलियंटाईन, बिलक्रीम ही मंडळीही आहेतच. या सर्व वस्तूंचा प्रचंड खप असतो. टी.व्ही.वर केसांच्या तेलांच्या जाहिराती आपण दररोज पाहतो. जाहिरातीतल्या सुंदर स्त्रियांचा

तो रेशमाहूनही मऊ असा भरघोस केशसंभार पाहून कित्येक स्त्रियांना असं वाटतं की, जाहिरातीतलं ते तेल आपण आपल्या केसांना नियमितपणे लावलं तर, जाहिरातीतल्या स्त्रीच्या केसांप्रमाणे आपलाही केशसंभार झाला तर किती किती छान होईल! पण जाहिरातीतली तेलं त्या जाहिरातीतल्या सुंदर स्त्रीच्या केसांनाच धार्जिणी असतात. असं असलं तरी जाहिरातींच्या आकर्षणामुळे तसली तेलं विकत घेण्याचा मोह होतोच. केशवर्धक या नावाखाली लाखो रुपयांची तेलं खपतात.

डोक्यावर केस असले तरी लाखो रुपये तेलांवर खर्च होतात आणि डोक्यावरचे सर्व केस जाऊन चमकदार टक्कल पडलं तरी हजारो रुपयांची तेलं खपतात. ही तेलं लावली की, टकलावर पुन्हा नव्यानं उगवणाऱ्या केसांचे अंकुर दिसू लागतात आणि नंतर हिंदी सिनेमातल्या सर्व हीरोंप्रमाणे डोक्यावर (मानेची सरहद्द ओलांडून) केसांचं घनदाट अरण्य निर्माण होतं, असा या तेलउत्पादकांचा दावा असतो. केस नक्की येणार, असा दिलासा म्हणून प्रत्येक बाटलीबरोबर आगामी पुनर्जात केसांचा भांग पाडण्यासाठी एक कंगवाही मोफत दिला जातो. बघा, केस नसतानाही हजारो रुपयांचं तेल तर खपतंच, शिवाय कंगव्याच्या धंद्यालाही त्यामुळे हातभार लागतो.

परमेश्वरानं पुरुषमानवाला दाढी दिली. खरं म्हणजे चेहऱ्यासारख्या दर्शनी, महत्त्वाच्या अवयवावर असं केसांचं दंडकारण्य असायला नको होतं. पण दाढी निर्माण करून ठेवली. परमेश्वरानं एखादी गोष्ट केली, की ती वज्रलेप असते. तो दुरुस्ती करतच नाही. परमेश्वराला एकदा दुरुस्तीविषयी विचारलं असता तो म्हणाला, "उठसूट माझी कृती बदलायला ती भारताची राज्यघटना थोडीच आहे? चेहऱ्यावर दाढी दिली म्हणजे दिली. नो डिस्कशन, नो चर्चा!" परमेश्वर पुढं म्हणाला, "मी दाढी निर्माण केली, डोक्यावरचे केस निर्माण केले म्हणून लक्षावधी लोकांच्या अन्नपाण्याची सोय झाली आहे. डोक्यावर केस, दाढीचे केस आणि मिशांचे केस मी पुरुषांना दिले म्हणून तर जगभर प्रचंड संख्येनं हेअर कटिंग सलून दिसतात. तेवढ्या लोकांची पोटं भरतात. केस या सलूनवाल्यांचे अन्नदाते आहेत. याशिवाय हल्ली स्त्रियाही केशकर्तन करवून घेत आहेत. त्यासाठी ब्युटी पार्लर्स जगभर पसरली आहेत. तिथंही लाखो लोकांची (महिलांची) पोटापाण्याची सोय झाली आहे."

दाढीमुळे कोट्यवधी रुपयांची उलाढाल होत असते. कोट्यवधी पुरुष एक तर स्वत: दाढी करतात किंवा सलूनमध्ये जाऊन दाढी करवून घेतात. सलूनमध्ये केस कापण्यासाठी मशीन, कात्री आणि वस्तरे ही आयुधं लागतात. शिवाय कंगवा, ब्रश—केस साफ करायचा आणि दाढीचा—लागतात. दाढीसाठी साबण लागतो.

फेस पावडर, स्नो वगैरे लागतो सलूनमध्ये मोठे आरसे लागतात. सलूनमधील एकेक खुर्ची तीन-चार हजार रुपयांची असते. या सर्व वस्तू तयार करणारे लोक, त्यांचे कारखाने जगभर आहेत. या एवढ्या मंडळींचे पोट भरण्याचं प्रचंड कार्य डोक्यावरचे आणि दाढी-मिशांचे केस मनोभावे करत असतात.

पुरुषांच्या दाढीचे केस लाखो लोकांचे पोशिंदे आहेत. जगातल्या बहुसंख्य देशातले मिळून कोट्यवधी लोक स्वत:च दाढी करतात. त्यासाठी प्रतिवर्षी निरनिराळ्या कंपन्या मिळून काही अब्ज ब्लेड्स, लाखो रेझर्स, लाखो दाढीचे ब्रश, लाखो शेव्हिंग क्रीमच्या ट्यूब्स् (किंवा साबण) तयार असतात. या वस्तूंच्या कच्चा माल पुरवणारेही असंख्य आहेत. ठोक खरेदीदार, ठोक विक्रेते, किरकोळ विक्रेते यांनाही त्यातून भरपूर अर्थप्राप्ती होत असते. या वस्तूंच्या जाहिरातींतून टी. व्ही., रेडिओ, नियतकालिकांनाही कोट्यवधी रुपयांची प्राप्ती होत असते. परमेश्वरानं डोक्यावर, गालांवर, हनुवटीवर आणि वरच्या ओठांवर केस दिले तेव्हा त्यानं दूरदर्शीपणानं केवढ्या अवाढव्य प्रसाराचा विचार केला असेल, याची कल्पना येते. केशमाहात्म असं आहे.

★ ★ ★

१५.
गरिबी बेस्ट

महाभारत काळातला एक प्रसंग आहे. श्रीकृष्णानं निरनिराळ्या स्वजनांना, त्यांनी मागितलं ते-ते दिलं. कुंतीला श्रीकृष्णानं विचारलं, "तुला काय देऊ?" तेव्हा कुंती म्हणाली, "मला गरिबी दे!" (हे वाक्य ऐकताना नरसिंह रावांसहित त्यांच्या मंत्रिमंडळातले कित्येक मंत्री तिथं असते, तर त्यांनी माना खाली घातल्या असत्या. ते म्हणाले असते, 'आम्हाला श्रीकृष्ण कृष्ण प्रसन्न होत नाही, म्हणून आम्हाला आमच्या हिमतीवर गडगंज श्रीमंत व्हावं लागलं आणि इथं प्रत्यक्ष श्रीकृष्ण माग म्हणत असताना कुंती म्हणते, 'मला गरिबी दे.' आहे की नाही कमाल? वर मागायलासुद्धा बुद्धी पाहिजे..."वगैरे!) कुंतीची ही विचित्र मागणी ऐकून श्रीकृष्णही चक्रावले. श्रीकृष्णानं कुंतीला विचारलं, "गरिबी मुद्दाम कशाला मागतेस? प्रामाणिकपणानं वागलं, की ती घरी चालून येते. गरीब राहण्यात तुझा काही विशेष हेतू आहे काय?" तेव्हा कुंती म्हणाली, "मी श्रीमंत झाले की मला श्रीमंतीचा गर्व होईल आणि मी त्यापायी तुलासुद्धा विसरून जाईन. तुझी आठवण सतत व्हावी, म्हणून मला गरीबच कर!"

कुंतीनं गरिबीविषयीचं आपलं मत सांगितलं. खरं सांगू का? मीसुद्धा गरिबीच्याच बाजूचा आहे. गरीब असण्यातही बरेच फायदे असतात. आर्थिक ओढाताण होते, एवढा एक मुद्दा सोडला तर गरिबीतच खूप सुख आहे. जसं जसं श्रीमंत व्हावं, तसतसा व्याप आणि ताप वाढत जातो. पैशांनी पुष्कळ सुखं विकत घेता येतात; परंतु विकत न घेता पुष्कळ दु:खंही पाठोपाठ येतात. दोन उदाहरणं घेऊ या. मी एक गरीब माणूस आणि दुसरा आहे तो नाना प्रकारच्या श्रीमंतांचा प्रतिनिधी असा श्रीमंत माणूस. मला 'मी' म्हणू या आणि प्रातिनिधिक श्रीमंताला 'श्रीमंत' म्हणू या.

श्रीमंतांची झोपायची खोली एअरकंडिशन्ड आहे. माझी खोली.... एअर येईल की नाही, हे कंडिशनल आहे. मला उकडणाऱ्या खोलीत झोप लागते. कारण उकडण्याची सवयच आहे. उकडणं नष्ट करू शकत नाही. फार तर जुन्या वहीच्या पुठ्ठ्यानं चमचाभर वारा घेतो. तरीही मी सुखी आहे. कारण कधी ए. सी. बिघडण्यामुळे, तर कधी वीजपुरवठा बंद असल्यामुळे तो बंद असतं. मग श्रीमंताचे हाल विचारू नका. उकडणं सहन होत नाही. माझं तसं नाही. उकडणं आणि मी जानी दोस्त आहोत. त्यामुळे तो आमच्या घरी नेहमी मुक्कामालाच असतो.

मी गरीब असल्यामुळे जेमतेम संसार चालवतो. चैन परवडतच नाही. पण श्रीमंत मात्र खाऊन-खाऊन शेवटी डाएटवर येऊन थांबतो. उंची दारू पितो, सिगारेटी ओढतो, बायकांच्या भानगडी करतो. सगळ्याचा परिणाम म्हणजे तो व्याधिग्रस्त होतो. माझं तसं नाही. शाकाहारी साधं अन्न आणि नळाचं पाणी या व्यतिरिक्त माझ्या पोटात आणखी काही जाऊच शकत नाही. त्यासाठी पैसा पाहिजे ना? मिळणारे पैसे भात, भाजी, भाकरीपुरतेच असतात. याउलट, श्रीमंतांची मुलंसुद्धा ड्रग्जच्या आहारी जाऊन आयुष्याचं वाटोळे करून घेतात. या बाबतीत माझी मुलं आदर्श आहेत. आदर्श असलीच पाहिजेत. ड्रग्ज, हेरॉइन वगैरे पदार्थ गरिबांना थोडेच परवडतात?

मी गरीब आहे. त्यामुळे माझा जावईही गरीबच आहे. तो माझ्याकडे रंगीत टीव्ही, रेडिओ, व्हीसीआर, फ्रीज, फर्निचर काहीसुद्धा मागत नाही. आपला सासरा एक नंबरचा गरीब आहे, त्यामुळे त्याची काही मागण्याची हिंमत होत नाही. माझ्यासारख्या अत्यंत दरिद्री माणसाचं आयुष्यभर लग्नच झालं नसतं; उलट सासऱ्यानं आपला पोटचा गोळा देऊन मला जन्माचं ऋणी करून ठेवलं आहे, असं वाटणारा जावई मी निवडला.

श्रीमंतानं मात्र आपली मुलगी आणखी अधिक श्रीमंताच्या घरात पडावी म्हणून अधिक श्रीमंत स्थळ गाठलं. थाटामाटात लग्न झालं. सासरची माणसं मुलीला छळू लागली. थ्री रूम किचनचा फ्लॅट मागू लागली. आज या फ्लॅटला गचकन् दहा लाख रुपये मोजावे लागतात. तो फ्लॅट वेल फर्निश्ड करून मागतात. आणखी दोन-तीन लाखांना फटका. दिलेला हुंडा आमच्या प्रतिष्ठेपेक्षा कमी आहे, आणखी दोन लाख रुपये द्या. मुलगा (जावई) पुढच्या शिक्षणासाठी अमेरिकेला जायचं म्हणतोय; तो खर्च तुम्ही द्यावा. नाहीतरी तो तुमच्या मुलीचा नवरा आहे. तुमच्या मुलीच्या सुखासाठी तुम्ही या सगळ्या गोष्टी केल्याच पाहिजेत.

एक दिवशी वर्तमानपत्रात बातमी : 'त्या मुलीला जिवंत जाळण्यात आलं. आणखी एक हुंडाबळी!'

आता मी गरीब आहे, हे किती उत्तम आहे, हे लक्षात येईल. माझा जावई मला एकदा भीत-भीत म्हणाला, "मी एक कंडम अवस्थेतील सेकंडहँड सायकल बघितली आहे. शंभर रुपये म्हणतोय. पण घासाघीस करून ऐंशीपर्यंत देईल. कारण त्याला बायकोच्या बाळंतपणासाठी पैशांची गरज आहे. माझ्याकडे चाळीस रुपये आहेत, तुम्ही चाळीस रुपये द्या. सायकल ताब्यात घेतो. मग प्रत्येक महिन्याला कधी टायर, कधी ट्यूब, कधी पॅडल असं नवीन टाकून चार महिन्यांत झकास सायकल तयार करतो. चार महिन्यांनंतर माझी रोजची चार किलोमीटरची पायपीट थांबेल!''

'हे चित्र पाहा आणि ते चित्र पाहा', असं एक वाक्य तुलना करण्याच्या संदर्भात प्रसिद्ध आहे. याचा चालीवर, 'हा जावई पाहा आणि तो जावई पाहा', असं म्हणता येईल.

हल्ली गरीब असण्यात एक फार मोठा फायदा आहे. खंडणीवाले दादा लोक, गुंड यांचा मला अजिबात उपद्रव नाही. मोठं दुकान दिसलं की माग खंडणी, बिल्डर दिसला की माग खंडणी, कारखानदार दिसला की माग खंडणी...कसलाही श्रीमंत असू द्या, तो खंडणीचा बळी ठरतो. या बाबतीत मी सुखी आहे. गणेशोत्सवाचे लोकसुद्धा माझ्याकडे साधी वर्गणीही मागत नाहीत. गरीब बिचारा आहे द्या सोडून, असं म्हणून मला वर्गणी माफ करतात.

गरीब असल्यामुळे मला इन्कम टॅक्सचा वैताग अजिबात नाही. श्रीमंत लोकांची घरं, बँकांमधील लॉकर्स या सर्वांवर इन्कम टॅक्सचे लोक छापे घालतात. अब्रूची लक्तरं वर्तमानपत्रांतून छापून येतात. या संदर्भात माझं नाव चुकूनसुद्धा पेपरमध्ये येणं शक्य नाही. इन्कम टॅक्स भरायला आधी इन्कम असावं लागतं; मग टॅक्सची बात. इथं इन्कमचाच ठणठणाट; मग टॅक्स कुठून येणार? या बाबतीत गरीब असल्यामुळे मी खरोखरच सुखी आहे. श्रीमंत व्हायची चटक लागली की मग कितीही श्रीमंत झालो तरी आणखी श्रीमंत व्हावं, अशी एकसारखी हाव वाढत जाते. त्यासाठी एक हजारापासून पन्नास हजार रुपयांपर्यंत लाच खाण्याची सवय जडते. मग एखाद्या दिवशी अँटिकरप्शनच्या तावडीत सापडतो. खुणा केलेल्या नोटांसहित रंगेहात पकडला जातो. मी कसा सुखी आहे! गरीब राहायचं व्रत जन्मभर पाळायचं, हे मी ठरवलेलं असल्यामुळे लाच घेणं, अँटिकरप्शनच्या तावडीत सापडणं, नंतर पेपरांतून नावाची बदनामी होणं, हे सगळं माझ्या बाबतीत अशक्य आहे.

मी गरीब आहे याचे अनेक फायदे आहेत. मुख्य म्हणजे, पैशांतून निर्माण होणाऱ्या असंख्य भानगडींमधून मी मुक्त आहे. गरीब असल्यामुळे माझ्याकडे

टेलिफोन नाही. त्यामुळे फोनवरून खंडणी मागणं, खून करण्याची धमकी देणं, बायकोनं मैत्रिणीशी तासन् तास बोलत राहणं आणि हे सगळं कधी? तर, मधून मधून टेलिफोन चांगल्या अवस्थेत असतो तेव्हा. बिघडणं, नादुरुस्त असणं, रॉंग नंबर लागणं हे फोनचे स्थायिभाव असून, नंबर फिरवल्यावर लगेच लागणं, हा योगयोग होय. मी गरीब असल्यामुळे वर सांगितलेल्या सर्व बाबतीत मी सुखी आहे. सुख-सुख म्हणतात, ते हेच. आणखी एक सांगायचं राहिलंच. जेवत असताना... टिंब टिंब टिंबमध्ये गेलो असताना, रात्री गाढ झोपलो असतानाच नेमका टेलिफोन कडमडतो. रात्री बारा वाजता झोपेतून उठून घेतलेला फोन नेमका शेजारच्या बिल्डिंगमध्ये चौथ्या मजल्यावर राहणाऱ्या मालूताईसाठी असतो. त्या बाईंना, सुरळीच्या वड्या करण्याची रेसिपी पाहिजे असते. तर सांगायचं म्हणजे, टेलिफोनच्या छळापासून मी मुक्त आहे.

मी गरीब असल्यामुळे नैसर्गिक दोन पाय हेच माझं एकमेव वाहन आहे. हे वाहन विकत घ्यावं लागत नाही, त्यात हवा भरावी लागत नाही, ते पंक्चर होत नाही, त्याची टायर-ट्यूब बदलावी लागत नाही. बहुतेक वाहनं त्यांच्या 'हॉस्पिटल'मध्ये (गॅरेज) आजारी अवस्थेत ॲडमिट झालेली असतात. त्या 'हॉस्पिटल'ची बिलंसुद्धा माणसांच्या डॉक्टरपेक्षाही कधी कधी भारी असतात. मी गरीब असल्यामुळे मला किरकोळ आजार होतात. या शरीरात आपले लाड पुरवले जात नाहीत, हे दिसून आल्यावर किरकोळ आजारसुद्धा चार-दोन दिवसांत आले तसे निघून जातात. श्रीयुत श्रीमंत मात्र कायमचे कशा ना कशानं तरी आजारी असतात. काही काही आजार तर इंग्लंड-अमेरिकेला गेलं, तरच बरे होतात. कुठं ते महागडे आजार आणि कुठं गवती चहा, आलं, मिरी घालून केलेला काढा? या सर्वांचं सार पुनः पुन्हा सांगायचं झालं तर, गरीब असण्यासारखं सुख नाही आणि श्रीमंत असण्यासारखं दुःख नाही. मी गरीब आहे. खर्चाची ओढाताण हा एकच मुद्दा सोडला, तर माझ्यासारखा सुखी मीच आहे. गरिबीमुळे हे सुख मला मिळतं.

★ ★ ★

१६.
अक्षर, शब्द, आकडे

वरवर पाहिलं तर अक्षरं, शब्द यांचं घराणं निराळं आणि आकड्यांचं घराणं निराळं, असं वाटतं; परंतु दोघांचा जन्म एकाच घराण्यात झाला आहे. या घराण्याचं नाव 'अंकलिपी' हे होय. अंकलिपीच्या पुस्तकांमध्ये अंक असतात आणि लिपी असते, म्हणून तर या पुस्तकाला अंकलिपी म्हणतात. यातले अंक व्यापारी, उद्योजक, कारखानदार, गिरणीमालक, पुढारीमंडळी, लोकप्रतिनिधी, बिल्डर्स वगैरे मंडळींनी घेतले आणि लिपी ऑफिसातले कारकून, शाळेतले शिक्षक आणि लेखकमंडळी यांनी घेतली. अंकोपासक गडगंज श्रीमंत झाले आणि लिप्युपासक असेच राहिले. अंकवाले गणिताचे उपासक झाले, तर लिपीवाले 'अगणिता'चे उपासक झाले. लिपीभक्तांना गडगंज पैसे मिळवणं कधी जमलंच नाही. लिपीची उपासना करायची आहे काय? भोगा त्याची फळं! पगार कधी होतो आणि संपादकाकडून मानधन कधी येतं, याची वाट बघत बसा.

मी अंक आणि लिपी याबद्दल आता सांगितलं असलं, तरी मला अक्षरं, शब्द आणि आकडे यांच्याविषयी निराळंच सांगायचं आहे. हा लेख म्हणजे, निरनिराळ्या गमतींचं संकलन आहे. त्यातल्या काही गमती तुम्हाला माहीत असण्याचाही संभव आहे. तरीही एकत्र वाचण्यातही गंमत आहे. या गमती मुलांना उपयोगी आहेत, तसंच मोठ्या वयाच्या माणसांनाही. या गमती लहान मुलांना सांगता येतील. प्रथम अक्षरांबद्दल बघू या. गमती मराठी, इंग्लिश, संस्कृत या भाषांतील आहेत.

सर्वांत गरम असं इंग्लिश अक्षर कोणतं, असं जर तुम्हाला कुणी विचारलं तर तुम्ही लगेच सांगा, 'बी' हे इंग्लिश अक्षर एकदम हॉट आहे. कसं म्हणून विचारलं तर सांगा, 'ऑईल' या इंग्लिश शब्दाच्या स्पेलिंगमागं इंग्लिश 'बी' अक्षर ठेवा आणि मग बघा. ते थंड

ऑईल लगेच बॉईल व्हायला लागेल, म्हणून 'बी' हे सर्वांत गरम अक्षर आहे.

मित्राला विचारा, "इंग्लिशमधला सर्वांत लांबलचक शब्द कोणता?" मित्र, पुष्कळ अक्षरं असलेले इंग्लिश शब्द चाचपडत बसेल. काही शब्द सांगेल. तुम्ही म्हणा, "चूक!" मग मित्र म्हणेल, "हरलो." तो हरला की त्याला सांगा, "Smiles हा इंग्लिश शब्द सर्वांत लांबलचक शब्द आहे." मित्र म्हणेल, "सहा अक्षरांचा शब्द कुठं सर्वांत लांबलचक असणं शक्य आहे काय?" तुम्ही सांगा, "मी सांगतो ते बरोबर आहे. Smiles या शब्दातील पहिलं 'एस' हे अक्षर आणि शेवटचं 'एस' हे यात तब्बल अक्षर Mile चं, म्हणजे एक मैलाचं अंतर आहे."

घरातल्या शाळकरी मुलांना विचारलं, "ज्या शब्दात ए, बी, सी आणि डी ही अक्षरं नाहीत, असे शंभर शब्द भराभर सांगा." मुलं गडबडतील. तेवढ्यात मित्र आला, तर त्यालाही हेच सांगा. चमत्कारिक कोडंच वाटेल. एबीसीडी नसलेले एक नाही, दोन नाही तर चक्क शंभर शब्द सांगायचे. सगळे शरण आल्यावर त्यांना सांगा, "वन, टू, थ्री, फोर, फाईव्हपासून सरळ हंड्रेडपर्यंत जा. अपवाद फक्त एकच—हंड्रेडच्या स्पेलिंगात सर्वांत शेवटी डी या अक्षरानं घोटाळा केला. डी हळूच येऊन बसला." काय मजेशीर योगायोग आहे नाही? शंभरपर्यंत कुठंही एबीसीडी नाही. कमालच आहे!

एका प्राध्यापकानं फळ्यावर लिहिलं होतं, 'आय शाल नॉट एंगेज दि क्लासेस.' कुणीतरी चावटपणा करून 'सी' पुसून टाकला. अर्थ बदलला. Lass म्हणजे पोरगी. प्राध्यापकांनी ते पाहिल्यावर, स्वत:च 'एल' हे अक्षर पुसून ते निघून गेले. त्यावेळी Asses एवढीच अक्षरं शिल्लक राहिली.

सवयीला इंग्लिशमध्ये हॅबिट म्हणतात. हॅबिट म्हटलं की ती जाता जात नाही. Habit हे स्पेलिंग आहे. हॅबिट मोडावी म्हणून 'एच' काढून टाकलं तरी A Bit सवय राहतेच. 'ए' काढून टाकला तर Bit सवय राहतेच. 'बी' काढून टाकला तरीही इट (सवय) राहतेच आणि 'आय' काढून टाकला तरी कमीत कमी 'टी' राहतोच 'टी' म्हणजे चहा. निदान 'टी'ची सवय तरी राहणारच.

कोणतंही काम शिस्तीनं म्हणजे डिसिप्लिननं केलं की, ते शंभर टक्के यशस्वी होतं. याचं कारण असं आहे. Discipline या शब्दातील 'डी' अक्षर वर्णमालेतलं चौथं अक्षर आहे. डी वर ४ हा आकडा लिहा. आय हे नऊ नंबरचं अक्षर आहे. आय वर ९ हा आकडा लिहा. हे शेवटच्या अक्षरापर्यंत करा. मग सर्व आकड्यांची बेरीज बरोबर शंभर येते. म्हणून कोणतंही काम डिसिप्लिननं केलं की, ते शंभर टक्के यशस्वी होतं.

थोडं शब्दांविषयी पाहू या. काही काही शब्द तर अक्षरांची आद्याक्षरं घेऊन

तयार झाले आहेत. ही आद्याक्षरं इंग्लिश आहेत. परंतु त्या आद्याक्षरांपासून तयार झालेले शब्द मराठीत छान रुळले आहेत. ते शब्द तुमच्या-आमच्या सर्वांच्या परिचयाचे आहेत. इंग्लिशमध्ये पत्नी या अर्थी Wife हा शब्द आहे. हा शब्द कसा तयार झाला माहीत आहे का? चार शब्दांची आद्याक्षरं एकत्र करून तयार झाला आहे. Worries Invited For Ever या चार शब्दांची पहिली अक्षरं घेतली की Wife शब्द तयार होतो. अशी परिस्थिती तुमच्या घरात नसेल; पण इतरांचं काय सांगावं? Star टी. व्ही. तर घरोघर प्रसिद्ध आणि लोकप्रिय आहे. चांदणीचं चित्रही पडद्यावर दिसतं. म्हणून असं वाटतं की, चांदणी या अर्थी हा शब्द वापरला असेल. पण तसं नाही. इथंही चार शब्दांची आद्याक्षरं घेऊन हा शब्द बनवण्यात आला आहे. Satelllite Television Asian Region या चार शब्दांची अद्याक्षरं 2X)<&<B Star टी. व्ही. खुद्द टी.व्ही. शब्दही Tele आणि Vision याची आद्याक्षरं घेऊन तयार झाला आहे.

मुंबईची 'बेस्ट' बस तर सर्वांच्या परिचयाची आहे. इथंही Bombay Electric Supply And Transport या चार शब्दांच्या आद्याक्षरातंनू 'बेस्ट' शब्द तयार झाला आहे. Vicco वज्रदंती म्हणजे Vishnu Industrial Chemical Company. 'अमुल, दूध, श्रीखंडसुद्धा असंच आहे. गुजरातमधील आणंद या गावी ही उद्योग-संस्था आहे. इथंसुद्धा Anand Milk Unit Limited यातील आद्याक्षरं घेऊन 'अमुल' शब्द तयार करण्यात आला आहे. 'देवकरण नानजी' या नावातील पहिली अक्षरं घेऊन देना बँक निर्माण झाली. 'बिटको' ग्राईप वॉटर वगैरेही प्रसिद्ध आहे. 'भायखळा ट्रेडिंग कंपनी'ची इंग्लिश आद्याक्षरं घेऊन 'बिटको' तयार झाली Bycula मधील 'बाय' ही दोन अक्षरं उच्चाराच्या सोयीसाठी घेतली. आता बिटकोचे मालकसुद्धा बिटकोशेठ या नावानंच प्रसिद्ध आहेत. हॉटेलमध्ये वेटरला टिप दिली जाते. (खोटं किरकोळ औदार्य.) To Insure Promptness यातील आद्याक्षरं घेऊन टिप शब्द तयार झाला आहे. (वेटर प्रॉम्प्टनेस दाखवत नाही, ही गोष्ट निराळी.)

अक्षरं आणि शब्द यांची झलक बघून झाली. आता आकड्यांकडे थोडं पाहू या. ९ हा आकडा बाकीच्या सर्व आकड्यांना आत्मैव असं करून टाकतो. कोणतीही लहान अथवा मोठी संख्या घ्या आणि तिला ९ ने गुणा. गुणाकारातील आकड्यांची बेरीज करा. त्या बेरजेतील आकड्यांची बेरीज करा. शेवटी ९ च येते. सर्व आकडे नऊच्या पाढ्यातील असतील. प्रत्यक्ष नऊचा पाढाही नऊमयच आहे.

१/२+१/४+१/ ८+१/१६ अशा पद्धतीनं कंटाळा येईपर्यंत लिहा. बेरीज संपूर्ण १ कधीही होणार नाही. शनिवार-रविवारला जोडून आणखी एखादी सुट्टी आली असल्यास तीन दिवस घोळ घालत बसा.

१ चा वर्ग $१^२$, ११ चा वर्ग $११^२$, $१११^२$ अशा पद्धतीनं एकाखाली एक लिहा. त्याच्यापुढं बरोबर चिन्ह लिहा. काय गंमत होते ते पाहा. १ चा वर्ग १ आहे. ११ चा १२१आहे. १११ चा वर्ग १२३२१ आहे. ११११ चा वर्ग १२३४३२१ आहे. आता काय करा. एकचा वर्ग एक आहे. ११ चा वर्ग आणि पुढचे वर्ग पाहा. मध्यावरच्या आकड्याखाली रेघ ओढा. संख्या डावीकडून वाचा नाही तर उजवीकडून वाचा, मध्यापर्यंत सारखीच असते. अधोरेखित आकडे एकाखाली एक असे वाचा. ओळीनं १, २, ३, ४, ५ वगैरे येतील.

१००२०४१८० ही संख्या आहे असं वाटणं अगदी साहजिक आहे. कारण ती संख्याच दिसते. पण तसं नाही. ते एक इंग्लिश वाक्य आहे. ते वाक्य असं आहे. 1Ought nought (o) to Owe Foi. I ate Nothing, मजेशीर आहे की नाही वाक्य?

१२x४८३=५७९६

४२x१३८=५७९६

१८x२९७=५३४६

२७x१९८=५३४६

या चारही गुणाकारांचं वैशिष्ट्य असं आहे की, प्रत्येक गुणाकारातील गुण्य, गुणक आणि गुणाकार यामधे १ ते ९ आकडे येतात आणि प्रत्येक आकडा एकदाच येतो.

४२१,०५२,६३१,५७८,९४७,३६८ ही अतिप्रचंड संख्या चुटकीसरशी दुप्पट करायची असल्यास शेवटचा ८ आकडा सुरुवातीला ठेवा. झाली दुप्पट संख्या.

१०९८९ या संख्येला ९ ने गुणायची सोपी युक्ती. हीच संख्या उजवीकडून वाचा म्हणजे झालं. (९८९०१)

११११११११ या आठ आकड्यांच्या 'एक' संख्येला याच संख्येनं गुणलं तर गुणाकार '१२३४५६७८७६५४३२१' येतो. घाबरू नका. डावीकडून १ ते ८ आकडे आणि उजवीकडून आकडे वाचले की हा गुणाकार तयार झाला.

अक्षरं, शब्द आणि आकडे यांच्या या गमती कितीतरी आहेत. ही केवळ झलक आहे.

★ ★ ★

१७.
नेहमीचंच

आयुष्यात नवनवीन गोष्टी खूप घडत असतात. त्याचप्रमाणे नेहमीच्या त्याच त्या गोष्टी वारंवार कशा घडत असतात, याचं मला नवल वाटत असतं. त्याच त्या गोष्टीत काहीतरी फरक, बदल व्हायला पाहिजे; परंतु तसं घडत नाही ना. म्हणून तर तेच तेसुद्धा नेहमीचंच असतं. तुमच्या, आमच्या, सर्वांच्या बाबतीत नेहमीचंच नेहमी घडत असतं. नेहमीचंच असल्यामुळे फारसं लक्षात येत नाही. नेहमीचेच काही नमुने सांगितले म्हणजे लक्षात येईल की, 'अरेच्चा! हे तर घरोघरी नेहमीचंच असतं.'

स्वयंपाकाचा गॅस आता घरोघरी झाला आहे. त्याचं काही अप्रूप राहिलं नाही. गॅसला एक खोड आहे. तो संपला की, त्याचा वारसदार गॅस-सिलिंडर लगेच येत नाही. नवीन गॅस येईपर्यंत आपण गॅसवर असतो. गॅसला पर्याय म्हणजे स्टोव्ह. बर्नरपाशी रॉकेल ज्या बारीकशा छिद्रातून वर येत असतं, नेमकं तिथंच धूळ-कचरारूपी 'शुक्राचार्य' येऊन बसतात. त्या काळातले शुक्राचार्य झारीच्या तोंडाशी येऊन बसले असता दर्भाच्या टोकानं झारीचं तोंड मोकळं केलं गेलं. स्टोव्हला दर्भाची काडी, टोक वगैरे चालत नाही; बारीक तारेची पिन छिद्रात खुपसून तिथली धूळ वगैरे जे असेल, ते काढता येते. तसं केलं की, रॉकेलचा मार्ग मोकळा होऊन स्टोव्ह रीतसर पेटतो. 'नेहमीचंच' म्हणतात ते आता सांगतो. त्या छिद्रात पिन खुपसायला, घरातली स्टोव्हची पिनच सापडत नाही. अशा वेळी नेहमी शेजारच्या प्रमिलाबाईंकडून पिन मागून आणावी लागते. आपली पिन पाहिजे तेव्हा नेमकी हरवणं आणि शेजारणीकडून पिन मागून आणणं, हे नेहमीचंच आहे. आणखी एक नेहमीचंच म्हणजे आपल्या घरातल्या चकलीपात्रातून चकल्या नीट न येणं. चकली मध्येच तुटते किंवा त्या चकलीला वाटेल ते आणखी

काहीतरी होतं. तात्पर्य -आपल्या चकलीपात्रातून चांगल्या चकल्या कधीच पडत नाहीत. याउलट, जोश्या (न्) कडलं चकलीपात्र सुंदर आहे. त्यातून सुरेख चकल्या पडतात. एकही चकली अजिबात मोडत नाही. नलुताईसुद्धा असंच म्हणतात. त्यांचं चकलीपात्र लबाड आहे. त्याच चकलीपात्रातून त्यांच्या चकल्या मात्र नीट पडत नाहीत. म्हणून नलुताई मालुताईंकडचं चकलीपात्र आणून चकल्या करतात. मालुताईंच्या चकलीपात्रातून झकास चकल्या पडतात.

नेहमीचंच आणखी एक उदाहरण. सेफ्टी पिना असतात ना, त्यांना दोन वाईट सवयी असतात. बांगडीत अडकवून ठेवलेली एखादीच पिन अपवाद असते. एक डझन सेफ्टी पिना आणल्यावर फक्त त्याच दिवशी एक डझन असतात. दुसरे दिवशी त्या अकराच राहतात. एक पिन स्वत:च कुठंतरी हरवून बसते. दोन दिवसांनी बघावं, तर दहाच पिना असतात. दोन हरवल्या. असं होता-होता पंधरावीस दिवसांत अकरा पिना गुप्त होतात. फक्त एकच पिन शिल्लक राहते. तीसुद्धा आपणही आज हरवू की उद्या हरवू, याचा विचार करत असते. प्रत्येक पिन कळत नकळत गायब होते. वाईट खोड आहे. सेफ्टी पिनला आणखी वाईट खोड आहे. कपड्यावर किंवा गजऱ्यावर असताना तिचं तोंड बंद असतं; पण तिथून काढून ती पिन घरात कुठंही लोळत पडलेली असते, तेव्हा त्या पिनचं तोंड सताड उघडं असतं. टोक असलेली बाजू आ वासून पडलेली असते. हे दृश्यही घरोघरी नेहमी दिसतं. सेफ्टी पिनांची मैत्री कायमची बायकांशी असते.

आणखी एक नेहमीचंच म्हणजे, कपडे दोरीवर वाळत टाकल्यावर त्यांना लावायचे प्लॅस्टिकचे चिमटे. चांगले रंगीबेरंगी चिमटे हळूहळू कमी-कमी होत जातात. सेफ्टी पिनांचं जे होत असतं, तेच प्लॅस्टिकच्या चिमट्यांचं होतं. प्रत्येक चिमटा रंगीत असून सेफ्टी पिनच्या तुलनेत मोठाही असतो. असं असूनही चिमटे हातावर तुरी ठेवून कसे काय गायब होतात, याचं नवल वाटतं. कुठंतरी आड बाजूला पडला असावा, असं समजून तिथं पाहिलं, तर तिथंही नसतो. बघता-बघता प्लॅस्टिकचे चिमटे दोन-तीनच उरतात. मग पुन्हा नवीन अर्धा डझन चिमटे येतात. बिचाऱ्या चिमट्यांना गायब होण्याचा शापच आहे, त्याला कोण तरी काय करणार? प्लॅस्टिकचे चिमटे हरवत राहणं, हे नेहमीचंच आहे.

एक गंभीर नेहमीचंच. एखादी प्रसिद्ध व्यक्ती दिवंगत होते. गायक, लेखक, कवी, नाटककार, दिग्दर्शक, कलावंत वगैरे. ती बातमी वृत्तपत्रात प्रसिद्ध होते. त्यानंतर दोन दिवसांनी किंवा लगेच येणाऱ्या रविवारी त्या प्रसिद्ध व्यक्तीवर त्याच्या निकटच्या व्यक्तीनं लिहिलेला श्रद्धांजली-लेख प्रसिद्ध झालेला असतो. या असल्या लेखातलं बहुधा पहिलंच वाक्य असतं, ''सकाळीच फोनची घंटा वाजली. गिरगावातून

नानूचा फोन आला होता. तो म्हणाला, भाऊसाहेब काल रात्री गेले! हे ऐकताच मी सुन्न झालो.'' दुसरा फोन रात्री साडेअकराला. पार्ल्याहून बंडूचा फोन आला. तो म्हणाला, ''सर्वांचे लाडके भाईसाहेब हजारो रसिकांना सोडून गेले.'' मी तर मटकन खालीच बसलो. तिसरा फोन : दुपारी चारची वेळ असेल. रविवार होता. सुट्टी होती एवढ्यात ठाण्याहून बबनचा फोन आला, ''महाराष्ट्राचे शेक्सपिअर नानासाहेब सकाळी साडेसात वाजता गेले.'' वगैरे वगैरे. मला नेहमी प्रश्न पडतो की, त्या दिवंगत व्यक्तीवर अधिकारवाणीनं लगेच लेख लिहिणारा तो लेखक त्या दिवंगताला अधिक जवळचा की तो कोण नानू, बंडू, बबन अधिक जवळचा? या नानू, बंडू, बबन मंडळींनाच अगोदर ही बातमी कशी कळते, याचं तर मला नेहमीच आश्चर्य वाटतं. तुम्हीसुद्धा यासंदर्भात प्रसिद्ध झालेले लेख आठवून बघा. ''नानूचा फोन आला होता...'' अशा प्रकारची सुरुवात असते. प्रसिद्ध व्यक्तीचं निधन कुणातरी नाना-बंडूला अगोदर कळणं, हेसुद्धा नेहमीचंच आहे.

'नेहमीचंच'मध्ये गेल्या काही वर्षांपासून आणखी एकाची भर पडली आहे. महाराष्ट्र-विधिमंडळाचं (यथाऋतू) अधिवेशन अमुक तारखेपासून सुरू, अशी बातमी प्रथम येते. उद्यापासून अधिवेशन सुरू म्हणून पूर्वसंध्येस राज्यकर्त्या पक्षाकडून सर्व पक्षांच्या लोकप्रतिनिधींसाठी चहापानाचा कार्यक्रम ठेवलेला असतो. सरकार कोणत्याही पक्षाचं असो; चहापानाचा कार्यक्रम असतो. याच चहापानावर विरोधी पक्षानं जणू काही श्रद्धापूर्वक बहिष्कार टाकायचा, असं ठरून गेलं आहे. विरोधी पक्ष चहापानावर बहिष्कार टाकणार आहे, हे नक्की माहीत असूनही सत्ताधारी पक्षानं चहापानाचा कार्यक्रम ठेवणं, हेही आता नेहमीचंच होऊन बसलं आहे. विरोधी पक्षासाठी तयार केलेला इतका चहा नंतर कोण पितं? की सत्ताधारी पक्षाचे प्रतिनिधी दोन-दोन कप पितात? आचारी प्रथम सत्ताधारी पक्षापुरतंच चहाचं आधण ठेवतो काय? दुसरं मोठं पातेलं बंद गॅसवर ठेवून द्यायचं. आले विरोधी लोक तर गॅस पेटवायचा, असं करत असतील काय? पूर्वसंध्येला जे चहापान असतं, त्याचं पूर्ववर्णन प्रसिद्ध झालं तर बरं होईल.

'नेहमीचंच' या शीर्षकाखाली आणखी पाच-पन्नास, शे-पाऊणशे गोष्टी सांगता येतील. वेळेपेक्षा उशिरा येणं, पत्र पोस्टाच्या पेटीत टाकायला विसरणं, कामासाठी पाठवल्यावर पुढं काय झालं हे सांगायला मूळ ठिकाणी न येणं, ऐनवेळी हातरुमालच न सापडणं, वाचायला नेलेलं पुस्तक परत न करणं, हॉटेलात नेमका आपल्या टेबलाचा वेटरच जागेवर नसणं वगैरे वगैरे कितीतरी 'नेहमीचंच' आहे.

★ ★ ★

१८.

राज्यकर्ते शब्द

आपल्याला वाटत असतं की, निरनिराळे राजकीय पक्ष आलटून-पालटून आपल्यावर राज्य करत असतात. कायदे, नियम, नियंत्रण वगैरे बाबतीत ते खरं असेल. लोकशाहीतल्या बऱ्याच गोष्टींना पळवाटाही बऱ्याच असतात. कायदाच घ्या. कायद्याचा मूळ कायदा, 'कायदा पाळण्यासाठी असतो, असा आहे. पण ढिसाळ राज्यव्यवस्थेत मूळ कायद्यात किंचित सुधारणा (मॉडिफिकेशन) केली गेली आहे, ती अशी : 'कायदा पाळण्यासाठी नसून तो पाळणाऱ्यांसाठी असतो.' या किंचित शाब्दिक सुधारणेमुळे हजारो लोकांचा केवढा फायदा झाला आहे! असलाच प्रकार नियम, निमंत्रण वगैरे बाबतीत असतो. नियम गुंडाळून ठेवण्यासाठी असतात आणि नियंत्रण छुप्या मार्गानं मोडण्यासाठी असतं. त्यामुळे लोकशाही राज्यपद्धती बहुतेकांना आवडत असते. आपल्यावर सध्याच्या काळात लोकशाही पद्धतीनं निवडून आलेले लोकप्रतिनिधी राज्य करतात, असा आपला समज असतो.

परंतु खरं सांगायचं तर, आपल्यावर राज्य करणारी मंडळी निराळीच असतात. खरे राज्यकर्ते प्रत्येक माणसाच्या ठायीच असतात. या राज्यकर्त्यांना 'स्वभाव' असं सर्वसामान्य नाव आहे आणि स्वभावाची विशेषनामं निराळी आहेत. त्या मंडळींचाच आपण परिचय करून घेऊ या. काहींची नावं पुढीलप्रमाणे आहेत १) भोंगळेपणा, २) वेंधळेपणा, ३) मूर्खपणा, ४) भाबडेपणा, ५) बावळटपणा, ६) बथ्थडपणा, ७) अजागळपणा, ८) अस्ताव्यस्तपणा, ९) मख्खपणा आणि १०) धर्मनिरपेक्षपणा. हे दहा जण नमुन्यापुरते सांगितले. असे आणखीही पुष्कळ जण आहेत. हे शब्दच आपले खरे राज्यकर्ते आहेत. या शब्दांपैकी कोणत्या ना कोणत्या एका शब्दाच्या (किंवा अधिक शब्दांच्या) हुकमतीखाली माणसं वागत असतात. शब्द राज्यकर्ता आणि माणूस

त्याचा प्रजानन. हे राज्यकर्ते शब्द जगभर पसरलेले आहेत.

भोंगळपणा- भोंगळपणाचे प्रजाजन पुष्कळ आहेत. त्यांच्यापैकीच एक घेऊ या. या भोंगळ प्रजाजनाचं नाव आहे, श्यामराव. हे श्यामराव आहेत ना, एक नंबरचे 'राजनिष्ठ' आहेत. याचाच अर्थ श्यामराव भलतेच भोंगळ आहेत. चालणं, बोलणं, वागणं सगळं कसं भोंगळ-भोंगळ. कपडे तर आदर्श भोंगळ असतात. शर्टचा आकार आणि श्यामरावांचा आकार यांच्यात किमान सहा इंचांचं तरी अंतर असतं. पँटही तसलीच अघळ-पघळ असते. चपला टाचेच्या मागंही सुमारे दोन-अडीच इंच जास्त असतात. कोटही भोंगळ असतो. इतका भोंगळ असतो की, गायक मुकेश याच्या गायक सुपुत्रालासुद्धा तो थोडासा ढिला होईल. चष्मा हा खरंतर चष्म्यासारखाच असतो; पण तो श्यामरावांच्या डोळ्यांवर चढला, की नाकावरून घरंगळत निम्म्या नाकापर्यंत खाली येतो. अशा श्यामरावाचा बनियन अस्सल भोंगळ आहे. हा बनियन शम्मी कपूर किंवा शशी कपूर यांनी घातला तर तेही म्हणतील, ''या बनियननं कसं मोकळं-मोकळं वाटतं.'' यावरून एक गोष्ट लक्षात येईल की, श्यामराव हे भोंगळपणा या राज्यकर्त्यांचे आदर्श प्रजाजन आहेत. आयुष्यभर याच राज्यकर्त्यांचे प्रजाजन राहण्याची त्यांनी प्रतिज्ञाच केली आहे.

वेंधळेपणा- रामराव या राज्यकर्त्यांचे प्रजाजन आहेत. ''मी आजन्म याच राज्यकर्त्याचा नम्र प्रजाजन राहीन. माझ्या वर्तनात फरक करून मी 'राजद्रोह' करणार नाही.'' रामराव ही भीष्मप्रतिज्ञा निष्ठापूर्वक पाळतात. व्यवस्थित वागून आपलं प्रचलित 'नागरिकत्व' बदलण्याचा विचार त्यांच्या स्वप्नातही येत नाही. याला म्हणतात, 'राजनिष्ठा!' रामराव नाना प्रकारचा वेंधळेपणा लीलया करतात. खिशात पाकीट ठेवून लोकलगाडीनं ऑफिसला जायला निघतात. स्टेशनवर गेल्यावरही वेंधळेपणा सुरूच असतो. भलत्याच प्लॅटफॉर्मवर उभे राहतात. पेपर घेण्यासाठी पाकीट काढल्यावर त्यांना कळतं की पाकीट रिकामं आहे, पास आणि पैसे घ्यायला आपण विसरलो. मग पुन्हा घरी येतात. पास-पैसे घेऊन ऑफिसला जातात. तिथं त्यांच्या नावापुढं लेटमार्क पडलेला असतो. असा वेंधळेपणा ते नेहमी करतात. शर्ट उलटा घालणं, पायमोज्यांची उलटा-पालट करणं, भाजी घेतल्यावर पैसे द्यायला विसरणं, अगोदर पैसे दिल्यावर वस्तू घ्यायला विसरणं वगैरे बाबतीत त्यांचा हातखंडा आहे. वेंधळेपणाचे प्रजाजनही हजारो आहेत.

मूर्खपणा- हाही एक तालेवार राज्यकर्ता आहे. याच्या राज्याची लोकसंख्या

लाखांनी मोजावी लागेल. बाळकोबा हे त्यांच्यापैकी एक आहेत. बाळकोबाचं वैशिष्ट्य असं आहे की, एकदा केलेला मूर्खपणा ते पुन्हा दुसऱ्यांदा करत नाहीत. प्रत्येक खेपेला, 'खोपडी-फ्रेश' मूर्खपणा. हा झाला बाळकोबांचा वैयक्तिक मूर्खपणा. बाळकोबा सामूहिक मूर्खपणातही सामील होत असतात. भलत्याच, फालतू किंवा गुंड उमेदवाराला मत देण्याच्या सामूहिक मूर्खपणाला बाळकोबाही निष्ठापूर्वक हातभार लावत असतात. तसं पाहिलं तर सर्वच माणसं कमी-जास्त प्रमाणात मूर्ख असतात. शहाणी माणसं एकदा केलेला मूर्खपणा पुन्हा न करण्याचा 'राजद्रोह' करतात; तर निष्ठावंत मूर्ख मात्र अट्टहासानं तोच तो मूर्खपणा करून आपण 'राजनिष्ठ' मूर्ख असल्याचं सिद्ध करत असतात.

भाबडेपणा- या राज्यकर्त्याचं राज्यही तसं मोठं आहे. भोलाराम हे एक प्रतिनिधिक प्रजाजन आहेत. जातिवंत भाबडे आहेत. भोलारामला काहीही सांगा, निष्ठावंत प्रजाजन या नात्यानं ते खरंच वाटतं. पाणी हा पोटात जाणारा हलका पदार्थ आहे. त्या पाण्यावर गोडं तेल तरंगतं म्हणून तेल पाण्यापेक्षा हलकं असतं आणि अशा गरम तेलात तरंगणारी कांद्याची भजी हा सर्वांत हलका आहार आहे, असं भोलारामला सांगितलं तरी खरं वाटतं. छिद्राला छिद्र जोडत गेलं की मच्छरदाणी तयार होते, हेही भोलारामला लगेच पटतं. उडपीच्या हॉटेलात भोलारामला नेलं होतं. मी दोघांसाठी दोन रवा दोसे मागवले. दोन दोसे आले. या दोशाला खूप, दोसाभर छिद्रं असतात. मी भोलारामला म्हटलं, "हे हॉटेलवाले आपल्याला फसवतात. माझ्या दोशाची सगळी छिद्रे एकाला एक जोडून तुझा रवा दोसा तयार केला आहे. म्हणजेच एका दोशाच्या पिठात दोन दोसे करून एका दोशाचं पीठ वाचवलं." भोलारामला हे सगळं शंभर टक्के खरं वाटलं. भाबडेपणा या राज्यकर्त्याचा हा स्वामिनिष्ठ प्रजाजन ना? महाराष्ट्रात बीड जिल्ह्यात स्टेनलेस स्टीलच्या खाणी सापडल्या आणि भंडारा जिल्ह्यात पितळेच्या खाणीचा शोध लागला, असं सांगितलं तरी खरं वाटतं. इजिप्तमध्ये उत्खननात इसवी सनापूर्वीच्या मातीच्या विटा सापडल्या. प्रत्येक विटेवर '३७५ बी. सी.', '७९२ बी. सी.', '१९०० बी. सी.' (बिफोर ख्राईस्ट, इसवी सनापूर्वी) असा मजकूर कोरलेला असल्यामुळे त्या विटा नक्कीच इसवी सनापूर्वीच्या आहेत, हे भोलारामला पटलं.

मख्खपणा- या राज्यकर्त्याचे प्रजाजनही भरपूर आहेत. काहीही बोला, काहीही टीका करा, काहीही सांगा; चेहरा मख्ख. या प्रजाजनांचा मख्ख चेहरा हा ट्रेडमार्कच आहे. समोरचा माणूस विनोदी किस्से सांगतो. चेहरा मख्ख. "भारतावर

परकीय आक्रमण आलं आहे! चला उठा, लढायला सज्ज व्हा.'' चेहरा मख्ख तुम्हाला मुलगा झाला; आताच प्रसूतिगृहातून फोन आला— चेहरा मख्ख. गुजरातमध्ये भयंकर भूकंप झाला— चेहरा मख्ख. तुमची बायको मित्राबरोबर पळून गेली— चेहरा मख्ख. तुम्हाला हेडक्लार्क म्हणून प्रमोशन मिळालं— चेहरा मख्ख. असले प्रजाजनही मख्खपणाच्या राज्यात हजारोच्या संख्येने असतात.

धर्मनिरपेक्षपणा-या राज्यकर्त्यानं संपूर्ण देशच व्यापला आहे. आपापल्या घरातल्या पूजा, अर्चा, प्रार्थना, आरती वगैरे आटोपलं, की प्रत्येक धर्माच्या लोकांना धर्मनिरपेक्ष म्हणण्याची पद्धत ८५ टक्के संख्येनं असलेल्या लोकांनी पाडली आहे. पंधरा टक्के लोकांना खूष करण्यामागं निवडणुकीतली मतं हा उद्देश असतो. ८५ टक्केवाले लोक स्वत:ला धर्मनिरपेक्ष या पायघोळ शब्दानं संबोधतात. अल्पसंख्य धर्माचे लोक कडवे धर्माभिमानी आणि ८५ टक्के लोक मात्र 'जातीय' या शिवीचे हकनाक मालक होतात. पूर्वी 'बाटणं' आणि 'विटाळ' या दोन शब्दांनी बहुसंख्याकांची प्रचंड प्रमाणात लोक परधर्मात गेले. आता धर्मनिरपेक्ष हा शब्द आहे. हा शब्दही बहुसंख्याक लोकांना लुटणार आहे. विटाळ, बाटणं आणि धर्मनिरपेक्ष या तीन शब्दांनी बहुसंख्य असलेल्या लोकांची पंचाईत करून टाकली आहे.

★ ★ ★

१९.
संप आणि प्रकार

संपाचा मूळ पुरुष बहिष्कार आहे. याच्यावर बहिष्कार, त्याच्यावर बहिष्कार वगैरे पुष्कळ बहिष्कार पूर्वीपासून सर्वत्र चालत आले आहेत. सुधारकरावांनी विधवेशी पुनर्विवाह केला काय? सनातन्यांचा सुधारकरावांवर बहिष्कार! अमुक गृहस्थ मुसलमानाकडे चहा प्यायला काय? बहिष्कार! तमुक माणूस फर्नांडिस यांच्या घरी पावबिस्कीट खाऊन चहा प्याला काय? बहिष्कार! त्या-त्या काळातील रूढिंच्या विरुद्ध थोडंसं वागलं, तर लगेच बहिष्कार टाकला जात असे. संन्याशांची मुलं म्हणून ज्ञानेश्वर आणि त्यांची भावंडं यांच्यावर बहिष्कार नव्हता टाकला होता? बहिष्कार नावाची दमदाटीची भाषा लोकांत चांगलीच भीती निर्माण करत असे. बहिष्कार टाकणे म्हणजे त्याला समाजबाह्य करणं. बहिष्कृत करणं म्हणजे एखाद्याला वाळीत टाकणं, असं म्हणा ना. सनातनी प्रभावाची जुनी माणसं, रूढी मोडणाऱ्यांना नेहमी बहिष्कृत करत असत.

बहिष्कार हा झाला मराठी शब्द. बहिष्कार या अर्थी इंग्लिशमध्ये बायकॉट, एक्सकम्युनिकेशन हे शब्द. यापैकी बायकॉट हा शब्द कसा काय रूढ झाला, हे मनोरंजक आहे. वास्तविक, बायकॉट हा इंग्लिश सामान्य नामदर्शक शब्द नसून चक्क आडनाव आहे. त्याचा किस्सा असा आहे—१८८० मध्ये आयर्लंडमध्ये एक सारा वसूल करणारा अधिकारी (लँड एजंट) होता. त्या लँड एजंटचं नाव कॅप्टन चार्ल्स बायकॉट असं होतं. या बायकॉटनं शेतजमिनीवर काम करणाऱ्या कुळांना काढून टाकलं. बायकॉटच्या या कृत्याचा निषेध म्हणून त्या मंडळींनी असहकार पुकारला. बॉयकटचा निषेध म्हणून त्याच्याशी असहकार पुकारला.

या घटनेमुळे अशा प्रकारच्या असहकाराला त्यानंतर 'बायकॉट' हाच शब्द रूढ होऊन बसला. असहकार, एक्सकम्युनिकेशनपेक्षाही

बायकॉट लोकांना चटकन कळतो. असे बायकॉट पूर्वी धार्मिक कारणावरून किंवा रूढिभंजनावरून होत असत. इतिहासामध्ये असली उदाहरणे पुष्कळ सापडतात. पुढं-पुढं ही कारणं मागं पडत चालली आणि बहिष्काराने-बायकॉटनं—पॉलिटिक्स आणि ट्रेड युनियन्स ही आधुनिक क्षेत्रं आपल्या कार्यासाठी निवडली.

बहिष्काराचंच परिष्कृत रूप म्हणजे संप होय. संपामुळे बहिष्काराची व्याप्ती, शक्ती आणि फल सगळंच मोठ्या प्रमाणात वाढलं. आजकाल तर जगभर संप हा युगधर्मच होऊन बसला आहे. कुठं काही खुट्ट झालं, तरी लगेच संप सुरू होतो आणि कुठंही अजून खुट्टसुद्धा का झालं नाही, या कारणावरूनसुद्धा संप होतो. किंबहुना, हल्ली बऱ्याच दिवसांत संपच झाला नाही, हे विनाकारण कारणसुद्धा संपाला पुरेसं असतं. पूर्वी आधी संपाची नोटीस रीतसर चौदा दिवस द्यावी लागत असे. हा नियम हल्लीसुद्धा कागदोपत्री असेल. प्रत्यक्षात मात्र संप कोणत्याही क्षणी सुरू होऊ शकतो. काही काही संस्था, आस्थापना अशा आहेत की, तिथले कर्मचारी फाडकन् केव्हाही संपावर जाऊ शकतात. काही आस्थापनांचा जनतेशी सतत संबंध असतो; तरीही त्या आस्थापना परवा जाहीर करतात आणि आजपासून संपावर जातातसुद्धा. संपाची वारंवारता (फ्रिक्वेन्सी) एवढी मोठी असते की, ही मंडळी मधून-मधून कामावर येतात, असं वाटतं. एकसारखं संपावर जाऊन जाऊनसुद्धा कंटाळा येतो. म्हणून जरा चेंज वाटावा यासाठीही ते मधूनमधून कामावर येतात.

प्रारंभीच्या काळातले संप सामान्यत: पगारवाढीसाठी असायचे किंवा कामाचे तास कमी करण्यासाठी असायचे. पगारवाढ झालीच पाहिजे, कामाचे तास कमी झालेच पाहिजेत, अशा नामांकित घोषणा देत मोर्चे निघायचे. पुढं संपाची कारणं बदलू लागली. पूर्वी एकाच संस्थेत, संघटनेत, आस्थापनेत काम करणारे सर्व प्रकारचे कर्मचारी एकदमच संपावर जायचे. त्यामुळे तसं करणं त्यांना सोईचं होत असे. (आणि जनतेला गैरसोईचं होत असे.) हल्ली विविध संस्थांमधील कर्मचारी विवक्षित गटानं संपावर जातात. ज्यांच्या तक्रारी आहेत, ज्यांच्या मागण्या आहेत, ज्यांना (तथाकथित) त्रास होतो; तेवढाच गट संपावर जातो. (गट शब्दावर जाऊ नका, गटसुद्धा हजारोंचा असतो.) एक गट जरी संपावर गेला, तरी सगळं कामकाजच लुळं पडतं, संपूर्ण कार्ययंत्रणाच एकमेकांवर अवलंबून असते. त्यामुळे वरकरणी एकच कर्मचारीगट संपावर गेला, तरी जनतेला ते भोगावं लागतं.

कथा एकाची आणि व्यथा दुसऱ्याला, असं असू शकतं. 'कथा कुणाची व्यथा कुणाला?' असं एक नाटकही होतं; परंतु संपाच्या बाबतीत 'व्यथा कुणाची व्यथा कुणाला?' असा नवीनच प्रकार सुरू झाला आहे. प्रत्येक 'व्यथेकरी' (चाल : कथेकरी शब्दाची) संपाच्या वेळी असहाय जनतेला वेठीला धरून त्यांनाही व्यथा

निर्माण करतो. संपावर जाणारे व्यथेकरी शंभर, पण त्यातील प्रत्येकाच्या व्यथेत जनतेला फरफटत जावं लागतं. हे एकेक फरफटणं, वेठीला धरलं जाणं म्हणजेच व्यथा होय. घरातून बाहेर पडताना आज कोण (कोण) त्या संपांना तोंड द्यावं लागणार आहे, ही चिंतासुद्धा पाकीट, पास, रुमाल, चाव्या, चष्मा इत्यादी वस्तूप्रमाणेच बरोबर घेऊनच निघावं लागतं. पास, पाकीट, पेन याप्रमाणेच ही चिंतासुद्धा आवश्यक होऊन बसली आहे. जनतेचा, पब्लिकचा, कुणाचाही विचार करत नाही. त्यामुळे हल्लीच्या जनतेचं काही खरं नाही. जनता जगायचं म्हणून जगत असते. यापलीकडे त्या जगण्याला काहीही अर्थ नाही. सर्वांत जास्त असहाय कोण असेल, तर जनता!

प्रत्येक संपाळू माणूस म्हणतो, 'जनता को मारो गोली;' आधी आमच्या मागण्या मान्य झाल्या पाहिजेत. आता एकेक नमुना पाहू या. लोकल गाड्यांच्या मोटरमेनचं म्हणणं असं आहे की, पाचव्या वेतन आयोगानं मोटरमेनवर अन्याय केला आहे. त्याचा निषेध म्हणून आठ-नऊशे मोटरमेन एका दिवसाच्या संपावर गेले. परिणामी, पन्नास लाख लोकांना झक्कत घरी बसावं लागलं. जनता को मारो गोली; आधी वेतनवाढ झालीच पाहिजे. मुंबईतील लोकल गाड्या दररोज पन्नास लाख लोकांची ने-आण करत असतात. जाता-जाता : संबंध हिंदुस्थानात रेल्वेनं दररोज प्रवास करणाऱ्यांची संख्या एक कोटी आहे. त्यापैकी पन्नास लाख लोक म्हणजे चक्क निम्मे लोक मुंबईतील लोकल गाड्यांतून दररोज प्रवास करत असतात; परंतु त्यांना काय? पाचव्या वेतन आयोगातली पगारवाढ अन्यायकारक आहे, ती न्यायकारक झालीच पाहिजे. 'मोटरमेन एकी झिंदाबाद', 'टिंब टिंब टिंब मुर्दाबाद' अशा घोषणा ऐकायला मिळतात.

बँकेत एकदा क्लास थ्री मंडळी संपावर जातात. ती परत आली की, क्लास टू आणि क्लास वन म्हणतात, 'आता आम्हीही दोन दिवस संपावर जाऊन जरा पाय मोकळे करून येतो'. ते परत आल्यावर, क्लास फोरवाले म्हणतात, 'आम्हीच काय घोडं मारलंय? आम्हीही दोन दिवस संपावर जाऊन येतो.' एकसारखे एकाच जागी बसून कंटाळा येतो. एकदम संपावर न जाता चार वेळा विभागून संपावर जातात. म्हणजे प्रत्येक वेळी एक चतुर्थांश कर्मचारी संपावर आणि तीन-चतुर्थांश कर्मचारी कामावर, असं दृश्य दिसतं; पण ते तर्कशास्त्र चुकीचं आहे. क्लास फोर जरी संपावर गेले, तरी काम अडतं. बँक उघडणार कोण, खिडक्या उघडणार कोण? साफसफाई करणार कोण? प्रत्येकाची वर्किंग व्हॅल्यू ही न्यूसन्स व्हॅल्यू होते. हल्ली एकाच संस्थेतले लोक निरनिराळ्या वेळी संपावर जातात.

शिक्षणक्षेत्रात तर पूर्वीपासूनच शिक्षक आणि शिक्षकेतर कर्मचारी असं

विभाजन झालं आहे. परीक्षांच्या तारखा जाहीर झाल्या की, शिक्षकेतर कर्मचारी संपावर जातात आणि पेपर्स तपासायच्या वेळी शिक्षक संपावर जातात. उन्हाळ्याच्या आणि दिवाळीच्या सुट्ट्यांमध्ये सर्व जण कामावर (म्हणजे पगारी सुट्टीवर) हजर असतात. नगरपालिकेच्या संपाचे प्रकारही असेच असतात. रस्त्याची सफाई करणारे कामगार संपावर जातात. ते परत आले की, भुयारी गटार-कामगार संपावर जातात. हे दोन्ही संप पावसाळ्याच्या सुरुवातीला होतात. प्रत्येक प्रकारच्या संपाचे मुहूर्त ठरलेले असतात. अवेळी संप केले, तर कार्यसिद्धी होत नाही; म्हणून त्यांच्या ट्रेड युनियनच्या नेतारूपी ज्योतिष्यानं ठरवून दिलेल्या मुहूर्तावरच संपावर जातात. वीज कामगारांसाठी दिवाळीचे दिवस हा मुहूर्त संपासाठी योग्य असतो. दिवाळी तोंडावर आली की, जाऊ का संपावर, पोस्टमन मंडळी असं म्हणतात.

एस. टी., रेल्वे या वाहतूक विभागातही विभाजन नसून कसं चालेल, ड्रायव्हर्सची युनियन निराळी, कंडक्टरांची युनियन निराळी, गार्डांची युनियन निराळी, तिकीट चेकर्सची युनियन निराळी, टी. सी. ची युनियन निराळी. शिवाय स्टेशनमास्तरांची आणि बुकींग क्लार्क्स यांची युनियन निराळी, सिग्नलवाल्यांची युनियन निराळी, ट्रॅक मेंटेनन्सवाल्यांची युनियन निराळी, वर्कशॉप स्टाफची युनियन निराळी. पोर्टर्सची युनियन निराळी, ऑफिस स्टाफची युनियन निराळी, टेक्निकल स्टाफची युनियन निराळी, मालगाडीची ड्रायव्हर-गार्डांची युनियन निराळी—असे प्रकार जर होतील तर, वर्षातील बावन्न आठवड्यांत बावन्न युनियनचे बावन्न संप निर्धारित क्रमानुसार होतील. मग नवीन वर्षाचा पहिला आठवडा सुरू होईल. अग्रसंपाचा मान ज्या युनियनला आहे, त्या युनियनचे आज्ञाधारक कर्मचारी लगेच संपावर जातील. या सर्व संपांच्या मांदियाळीमध्ये एक 'किरकोळ' प्रश्न अनुत्तरित राहतो. प्रवाशांचे म्हणजे जनतेचं काय? उत्तर — जहन्नममे जाने दो! हमारी मांगे पुरी करो, नही तो खुर्ची खाली करो. (खुर्ची खाली करा कसली? तिजोरी खाली करो!)

रिक्षावाल्यांना संपासाठी मुहूर्त लागत नाही. त्यांच्या दृष्टीनं कोणताही दिवस मुहूर्तच असतो. पावसाळ्याच्या सुरुवातीची तीस-एकतीस तारीख हा ट्रक, टेंपो, लॉरी, टँकर आदी अवजड वाहनांनी संपावर जाण्याचा सुमुहूर्त असतो. सर्व व्यवसायातल्या मंडळींनी आपापल्या संपाचे सुमुहूर्त चांगल्या परिणामांचे पंचांग पाहूनच ठरवलेले असतात.

★ ★ ★

२०.

तेजस्वी वाक्यं आणि भाकड वाक्यं

बोलण्यातली काय किंवा लिहिण्यातली काय, काही वाक्यं तेजस्वी असतात. काही वाक्ये क्रांती घडवून आणतात. काही वाक्यं वाक्प्रचार किंवा म्हणी म्हणून रूढ होतात, तर काही वाक्यं सतत वापरत गेल्यामुळे त्यांची धार जाऊन ती बोथट होतात. असली बोथट वाक्यंच पुढं-पुढं भाकड वाक्यं वाटू लागतात. भाकड म्हैस किंवा भाकड गाय दूध देत नाही; तसंच भाकड वाक्यांचं असतं. ही भाकड वाक्यं तशी दिसायला छान असतात, परंतु त्यातून निष्पन्न मात्र काहीच होत नाही. तरीही असली वाक्यं भरपूर प्रमाणात वापरली जातात.

भाकड वाक्यांच्या अगोदर काही तेजस्वी आणि क्रांतिकारक अशी जी वाक्यं आहेत, ती थोडीशी पाहू या. 'आधी लगीन कोंडाण्याचं' हे तानाजी मालुसरे यांनी उच्चारलेलं वाक्य एक वाक्प्रचार म्हणून रूढ झालं आहे. महत्त्वाचं काम सर्वांत आधी, मग दुसरं काम, असं जेव्हा सांगायचं असतं, तेव्हा, 'आधी लगीन कोंडाण्याचं, मग लगीन रायबाचं' हे तेजस्वी वाक्य उच्चारलं जातं.

"आमच्या माँसाहेब जर इतक्या सुंदर असत्या तर आम्हीही असेच सुंदर झाले असतो." हे शिवाजीमहाराजांच्या तोंडचे वाक्य, परस्त्रीकडे पवित्र भावनेनं पाहण्याचा दृष्टिकोन म्हणून आजही प्रसिद्ध आहे. 'बचेंगे तो और भी लढेंगे' हे दत्ताजी शिंदे यांचं वाक्यही माणसाची प्रखर जिद्द दाखवणारं म्हणून अजरामर झालं आहे. तसंच आनंदीबाई पेशवे यांचं, 'ध' चा 'मा' हे वाक्यही (धरावे या ऐवजी मारावे, या अर्थी) कुप्रसिद्ध आहे. पुराणकाळातील श्रीरामाच्या तोंडचे, 'जननी जन्मभूमिश्च स्वर्गादपि गरीयसी' हे उद्गार हजारो वर्षांनंतरसुद्धा टवटवीत वाटतात. दुर्योधनादी कौरवांवर चित्रसेन गंधर्व चाल करून आले तेव्हा भीम वगैरे आपल्या भावंडांना उदार अंत:करणाचा युधिष्ठिर

म्हणाला होता, ''कौरव जरी आपल्याशी भांडत असले, शत्रुत्व करत असले; तरी ती आपल्या भावांभावांमधली घरगुती बाब आहे. परंतु जेव्हा तिऱ्हाईत कुणी येऊन हल्ला करू लागला तर, आपण घरगुती वाद विसरून, परकीय आक्रमण परतवण्यासाठी एकत्र आलं पाहिजे. शंभर कौरव निराळे आणि पाच पांडव निराळे असा दुजेपणा करून चालणार नाही. अशा वेळी आपण नुसते पाच नसून एकशे पाच आहोत, असं मानलं पाहिजे.'' हे सांगताना युधिष्ठिराच्या तोंडी असलेले 'वयं पंचाधिकं शतम' अजूनही हजारों वर्षांनंतरही बोधप्रद आहे. (जाता जाता : महाभारताच्या वनपर्वामधील संपूर्ण श्लोक असा आहे, 'ते शतं हि वयं पंच, रचकीये विग्रहे सति, अन्यैश्च कलहे प्राप्ते, वयं पंचाधिकं शतम्.'

हल्लीच्या काळातसुद्धा अजरामर होऊन गेलेली वाक्यं आहेत. 'स्वराज्य हा माझा जन्मसिद्ध हक्क आहे, आणि तो मी मिळवणारच' हे वाक्य उच्चारल्यावर साक्षात लोकमान्य टिळकच डोळ्यांपुढं उभे राहतात. 'बुद्धाचे राण धरिले करि हे सतीचे' किंवा 'की घेतले व्रत न हे अम्हि अंधतेने' ही वाक्यं स्वातंत्र्यवीर सावरकरांचीच असणार, हे लगेच जाणवतं. अशी किती तरी वाक्यं सांगता येतील. 'मेरी झांशी नही दूंगी' हे उद्‌गार राणी लक्ष्मीबाई यांचे आहेत लगेच लक्षात येते. याशिवाय 'चले जाव', 'आराम हराम है,' 'तुम मुझे खून दो, मै तुम्हे आझादी दूंगा', ही आणखी काही महत्त्वाची वाक्यं आहेत. 'योगक्षेमं वहाम्यहम्', 'कर्मण्येवाधिकारस्ते' ही वाक्यं ऐकली की, गीता आठवते. ही झाली तेजस्वी वाक्यं.

आता तेजस्वी वाक्यांकडून भाकड, बोथट वाक्यांकडे येऊ. तशी ही भाकड, बोथट वाक्यंही काही तरी संदेश देणारी, काही तरी उपदेश करणारी असतात. काही तरी (उगीचच) उदात्त तत्त्व सांगणारी असतात. परंतु ती वाक्यं उठ-सूट वापरल्यामुळे त्या वाक्यातला कसच निघून गेला आहे. त्यात काहीच दम उरला नाही, असं दिसून येतं. ऊस, ऊस असतो तोपर्यंत त्याचा गोडपणा असतो. पण तोच ऊस पुनः पुन्हा, पुनः पुन्हा पिळून काढला की, चिपाडंच शिल्लक राहतात. अशा चिपाडछाप वाक्यांनाच भाकड वाक्यं म्हणतात. अशी वाक्यंसुद्धा पुष्कळ सापडतात.

मराठी नाटक किंवा सिनेमा कनिष्ठ मध्यमवर्गीय कुटुंबावरील असेल तर, आर्थिक ओढाताण लेखकानं स्मरणपूर्वक ठेवलेली असते. घरातला प्रौढ पुरुष आजारी असतो. तो आजारी असला तरी, अंथरुणावर पडल्या-पडल्याच सगळ्यांची काळजी करतो. मुलीला म्हणतो, 'कुसुम, माझ्यासाठी तू नोकरी सांभाळून किती कष्ट करतेस', बायकोला म्हणतो, 'तूही किती राबतेस', मुलाला म्हणतो, 'बाळ, झोप आता-', सुनेला म्हणतो, 'सूनबाई, काम करून दमली असशील; विश्रांती

घे.' असं बिनपैशांचं बोलणं एकसारखं सुरू असतं. या प्रेमळ वाक्यांतल्या एकाही वाक्याला दहा पैसे पडत नाहीत. म्हणून तो पडल्या-पडल्या दहा पैसे रेटनं जवळ जवळ तीन-चार रुपयांची वाक्यं बोलत असतो. त्याशिवाय नाटक-सिनेमातनं प्रेमळपणाच व्यक्त होत नाही. तो रुग्ण प्रौढ पुरुष असं एकसारखा बोलत राहिला की, तिथंच बसलेली समंजस-फेम मुलगी म्हणते, "बाबा, जास्त बोलू नका. डॉक्टरांनी जास्त बोलू नका, विश्रांती घ्या; असं सांगितलंय ना?" हे जे वाक्य आहे ना, अक्षरश: भाकड आहे. त्याला काही अर्थ नाही. परंतु नाटक-सिनेमांतून चालत आलं आहे. औषध नको, इंजेक्शन नको, पथ्यपाणी नको, टॉनिक नको—काही काही नको. "डॉक्टरांनी जास्त बोलू नका, म्हणून सांगितलंय ना?" एवढं एकमेव भाकड वाक्य जणू काही रामबाण उपायच आहे, अशा ढंगात पुन: पुन्हा वापरलं जातं.

"जनतेनं या बाबतीत सरकारला सहकार्य करावं, असं मुख्यमंत्र्यांनी जनतेला आवाहन केलं", हेही असंच एक भाकड वाक्य आहे. अनेक मोघम वाक्यं असतात ना, त्यातलं हे सर्वश्रेष्ठ मोघम वाक्य आहे. राम, हरी, प्रभाकर, सदाशिव, प्रमिलाबाई, मालूताई अशी नेमकी नावं घेऊन सहकार्याचं आवाहन केलं असतं; तर आपण नेमकं कुणाला उद्देशून आवाहन केलं, हे समजू शकतो. जनता म्हणजे फारच मोघम झालं. शिवाय मोघम अशा जनतेनं सहकार्य करायचं, म्हणजे नेमकं काय करायचं, हेही सांगितलेलं नसतं. त्यामुळे जनता काहीही न करता स्वस्थ असते. कदाचित जनतेनं काहीही (म्हणजे भलतंच काहीतरी) करण्यापेक्षा स्वस्थ बसणं, यालाच सहकार्य म्हणणं, असा अर्थ मुख्यमंत्र्यांना अभिप्रेत असेल काय? जनतेमधल्या प्रत्येकाला असं वाटतं की, आपण स्वत: सोडून बाकीचे जे लोक असतात ना, त्यांना जनता असं म्हणायचं असतं आणि जनतेला आवाहन म्हणजे आपण सोडून बाकीच्यांना आवाहन, असंच प्रत्येक 'मेंबर ऑफ जनता'ला वाटत असतं. प्रत्येकाला असंच वाटत असल्यामुळे कुणीच काहीही करत नाही. काहीही नाही केलं, तरी काहीसुद्धा बिघडत नाही. तरीसुद्धा जनतेला सहकार्यासंबंधी आवाहन करण्याची नाही तरी सरकारला सवयच आहे. सरकारला अशी सवय का लागली, हे कळत नाही. आपण याकडे फारसं लक्ष देऊ नये, असा व्यावहारिक निष्कर्ष काढून जनतेतला एकेक घटक आपापल्या कामधंद्यासाठी निघून जातो. कुणी विद्यार्थ्यांच्या अज्ञानात भर टाकण्यासाठी लेक्चर द्यायला जातो, कुणी गिऱ्हाइकाला फसवायला म्हणून जातो, कुणी हप्ते द्यायला जातो, कुणी टेबलाखालून करायच्या व्यवहारासाठी ऑफिसात जातो, कुणी स्मगलिंग करायला जातो, कुणी काळा बाजार करायला जातो, कुणी चोऱ्या करायला जातो. तात्पर्य—जो-तो आपापल्या

तेजस्वी वाक्यं आणि भाकड वाक्यं ❑ १२५

कामधंद्याला जातो.

काही दिवसांनी पहिल्या वाक्यापाठोपाठ मुख्यमंत्री एखाद्या पत्रकार परिषदेत एक मोघम भाकड वाक्य टाकतात— "जनतेनं मनोधैर्य दाखवून सरकारला सहकार्य केलं, त्याबद्दल मी जनतेला मन:पूर्वक धन्यवाद देतो." हे वाक्य आदर्श मोघम वाक्य आहे. कोणत्या जनतेनं कसलं मनोधैर्य दाखवलं आणि त्यामुळे सरकारला कसलं सहकार्य लाभलं, कुणास ठाऊक! सगळं कसं ढगातून चालल्यासारखं पोकळ-पोकळ वाटतं. सरकारी सहकार्याची असली वाक्यं वर्तमानपत्रांतून वाचली की, मी जनतेमधल्या निरनिराळ्या स्तरांतल्या व्यक्तींना लगेच विचारतो, "काय हो, तुम्ही एवढ्यात काल-परवा किंवा गेल्या आठवड्यात कसलं तरी सहकार्य केलं आहे काय?" परंतु, प्रत्येक जण खालचा ओठ आणखी पुढं, आणून, "मी नाही बुवा कसलं सहकार्य केलं, जनतेतला दुसरा कोणी तरी असेल. शेजारी चौकशी करून बघा." जनतेतल्या कुणालाही हाच प्रश्न विचारला, तर हेच उत्तर प्रत्येकाकडून मिळालं. यावरून मी एक निराळाच निष्कर्ष काढला. तो असा — मी स्वत: आणि ज्या-ज्या व्यक्तींशी मी हे बोललो त्या व्यक्ती, ह्यांना वगळून जी काही असते, तिला जनता असं म्हणायचं असतं. अशा उर्वरित जनतेला (न केलेल्या) सहकार्याबद्दल सरकारनं धन्यवाद दिलेले असतात.

कथा कादंबऱ्यांतलं आणि नाटकांतलं असंच आणखी एक भाकड वाक्य आहे. 'कलावंताला जात नसते.' हेच ते अप्रतिम भाकड वाक्य होय. परंतु या भाकड वाक्यात अर्थ नाही. नुसती डायलॉगबाजी आहे. ज्या दुसऱ्या जातीच्या पोरीवर हा ठोंब्या (मूळ शब्द : कलावंत) प्रेम करतो, ती पोरगी दिसायला 'तू चीज बडी मस्त मस्त' अशीच असते. मग कलावंताला जात, धर्म, वगैरे काही नसतं, असं सांगायला त्यांच्या पिताश्रींचं (खरा अस्सल शब्द : 'बापाचं') काय जातं? या जात-धर्म वगैरे न मानणाऱ्या कलावंताला दुसऱ्या जातीची किंवा दुसऱ्या धर्माची एखादी काळी, बुटकी, जाड, तिरळी, पुरोगामी दातांची मुलगी आणून द्या आणि त्याला सांगा, 'कलावंताला जात नसते, असं तूच सांगतोस ना? तर मग घे ही पोरगी आणि कर हिच्यावर प्रेम! गळ्यात गळा वेल्डिंग करून प्रेम कर. कारण ही तुझ्या जातीची नाही आणि तुझ्या धर्माचीही नाही.' मग बघा तो कलावंत काय म्हणतो आणि त्याचा चेहरा कसा होतो ते! चोराला सुंदर मुलगी मिळाली की उदात्तपणाचा आव आणून जात, पात, धर्म वगैरे आपण मानत नसल्याचा बोगस मानवतावाद तो सांगतो.

"तुझ्या सहवासात या बागेमध्ये तरुतळी या हिरवळीवर युगानुयुगं बसून राहावं असं वाटतं", हे आणखी एक बोजड, भाकड वाक्य प्रेमी जगात वापरून,

वापरून, वापरून, वापरून, वापरून खूप हाताळलेल्या नाण्याप्रमाणे गुळगुळीत आणि बुळबुळीत झालं आहे. भाकड वाक्यांचं नशीब दांडगं असतं. चांगल्या-चांगल्या सुभाषितांपेक्षा भाकड वाक्यंच सगळीकडे भाव खाऊन जातात. हेच बघा— एकाच जागी युगानुयुगं बसून राहायचं म्हणजे जोक नाही. चार युगांपैकी सर्वांत लहान युग म्हणजे सध्या सुरू असलेलं कलियुग हे होय. कलियुगाचा कालावधीसुद्धा चार लाख बत्तीस हजार वर्षे इतका प्रचंड आहे. त्यातली आता कुठे अवघी पाच हजार वर्षे संपली आहेत. आणखी चार लाख सत्तावीस हजार वर्षे ही दोघे म्याडचॅप त्या बागेमधे बसून राहणार काय? शेजारी सुंदर मुलगी असली म्हणून काय झालं? इतकं लांबलचक एकत्र बसणं कसं शक्य आहे? बागेतली हिरवळ असते ना, तिथं माळ्यानं पाणी सोडलेलं असतं. संध्याकाळी ती जागा बसण्याएवढी कोरडी असली, तरी त्या ठिकाणी लाल मुंग्या फार असतात. त्या का एकदा कचाकच चावू लागल्या की, कसली युगानुयुगं आणि कसलं काय! युगानुयुगं हे गुलुगुलू बोलण्यापुरतं ठीक आहे. दुसरी गोष्ट म्हणजे, बागेचा रखवालदार संध्याकाळी सातच्या सुमारास अंधार पडू लागला की, सर्व युगानुयुगं इथंच बसून राहावंसं वाटणाऱ्यांना बागेबाहेर जायला सांगतो. संध्याकाळी सात वाजताच त्यांचं युगानयुगं संपतं. तिसरी एक गोष्ट म्हणजे, एकाच जागी बराच वेळ बसलं की पायांना मुंग्या येतात. तिथं तर युगानुयुगं बसून राहिलं, तर मुंग्याचं वारुळच तयार होईल. चौथी गोष्ट म्हणजे, रात्री आठ-साडेआठ वाजता दोघांनाही जेवायचं असतं. नुसतं प्रेम करून पोट भरत नसतं. पाचवी गोष्ट म्हणजे, युगानुयुगं बसायचं तर दोघांनाही आपापल्या नोकरीचा राजीनामा देऊन तिथं जावं लागेल. युगानुयुगं नुसतं म्हणायला ठीक आहे. फार तर एक भाकड वाक्य म्हणून मधून-मधून वापरत जावं. प्रेमाच्या डायलॉगबाजीत भाकड वाक्यं फार येत असतात. त्यातलं एकही वाक्य खरं नसतं. पण ही भाकड वाक्यं उच्चारली की बोलणाऱ्यालाही बरं वाटतं आणि ऐकणाऱ्यालाही बरं वाटतं. भाकड वाक्यांचा एवढाच माफक फायदा असतो.

“आपण दूर-दूर-दूर (आणखी शंभर वेळा म्हटलं तरी चालेल) क्षितिजापर्यंत जाऊ. तिथं फक्त तू आणि मी, मी आणि तू — दोघेच असू. क्षितिजापाशी खरा एकान्त मिळेल!” हे आणखी एक भाकड वाक्य. प्रेमाच्या कादंबरीत ते नेहमी हजेरी लावतं. या वाक्याला काही तरी अर्थ आहे काय? क्षितिज दिसतं; पण जसजसं क्षितिजाच्या दिशेनं जावं तसतसं ते दूर-दूर जात असतं. तर मग हे प्रेमळ जोडपं क्षितिजापाशी जाऊन पोहोचणार कधी? क्षितिजाला किती नंबरची सिटी बस जाते, की एस. टी. बस जाते, हे माहीत नाही. मग जाणार कसे? क्षितिजाला टेकून बसणार कसे? क्षितिज दिसतं, पण असत मात्र नाही. पण हे सगळं प्रेमानं

म्याड झालेल्या त्या दोन प्रेमी जीवांना सांगावं कुणी?

"प्रिये, तुझ्यासाठी मी पंचप्राणांची कुरवंडी करायला तयार आहे!" हे आणखी एक भाकड वाक्य घ्या. सर्वांत पहिली मुख्य अडचण म्हणजे, कुरवंडी म्हणजे काय? आणि पंचप्राणांची कुरवंडी करायची म्हणजे नेमकं काय करायचं? याची प्रक्रिया काय, हे काहीच माहीत नसूनही, प्रेमवीर, तावातावानं हे डायलॉग सोडून देतो. हे भाकड वाक्यही चांगला तग धरून आहे. (जाता जाता : वाचकांपैकी कुणाला आपल्या प्रेयसीसाठी पंचप्राणांची कुरवंडी करायची असल्यास त्यांच्या सोईसाठी कुरवंडी या शब्दाचा अर्थ सांगतो. त्यामुळे कुरवंडी करणं त्यांना सोपं जाईल. कुरवंडी करणं म्हणजे ओवळणं, पंचप्राणांची कुरवंडी करणं म्हणजे, "हे हृदयेश्वरी, मी तुझ्यावरून माझे पंचप्राण ओवाळून टाकीन." (त्यानंतर प्रेयसीनं वाहिलेली श्रध्दांजली! दुसरं काय?)

नाटक-कादंबरीतला नायक असतो ना, तो पुरोगामी विचारांनी ताडताड उडत असतो. तो आपल्या पुरोगामी विचारसरणीमुळे जगाला आडवा मारतो. असं आडवं मारण्यापूर्वी एक भाकड वाक्य दणक्यात हाणतो. तो म्हणतो, "जग काय म्हणेल, याची मला पर्वा नाही!" (कुणी तरी येऊन चांगलं बुकलून काढलं म्हणजे जग काय म्हणेल, या भाकड वाक्याची रोकडी प्रचीती येईल.)

जाता जाता : दोन राजकीय भाकड वाक्यं : "येत्या उन्हाळ्यापूर्वी ग्रामीण भागातील पिण्याच्या पाण्याचा प्रश्न युद्धपातळीवरून सोडवण्यात येईल." (या वाक्याचं सुवर्णमहोत्सवी वर्ष सत्याण्णव साली सुरू होईल). "शिक्षण, समृद्धी आणि सामाजिक न्याय या गोष्टी तळागाळातल्या लोकांपर्यंत पोहोचल्या, तरच आपली लोकशाही सुदृढ होईल."

जय बोथट वाक्यं! जय भाकड वाक्यं!

.२१.

अज्ञानाची मांदियाळी

ज्ञानाबद्दल नेहमीच भरभरून लिहिलं जातं. ज्ञान हे सर्वश्रेष्ठ आहे. ज्ञान प्राप्त झालेला माणूस ग्रेट होतो. ज्ञानातूनच पुढं ब्रह्मज्ञान होतं. ज्ञान म्हणजे माणसाचा तिसरा डोळा आहे. ज्ञानामुळे विश्वाचं आकलन होतं. 'न ही ज्ञानेन सदृशं पवित्रमिह विद्यते, वगैरे वगैरे इतकं बोलून झालं आहे तरीही आणखीही बोललं जातंच. एकेका गोष्टीचं ज्ञान होणं म्हणजे त्या त्या गोष्टींबद्दलचं अज्ञान दूर होणं. स्वत:चं अज्ञान योग्य प्रकारे झाकणं यालाही ज्ञान म्हणावं असं म्हणून ज्ञानानं अज्ञानाच्या क्षेत्रावरही अतिक्रमण केलं आहे. ज्ञानाला जगभर मान असल्यामुळेच ज्ञान हे असलं काही करू शकतं. ज्ञान हे क्षितिजासारखं असतं. क्षितीज समोर चक्क दिसतं. पृथ्वीला टेकलं आहे. असंही आपण पाहातो. तिथं जाण्यासाठी जावं तर ते क्षितिज पुन्हा मघाइतकंच दूर असल्याचं दिसून येतं. आपण आणि समोर दिसणारं क्षितिज यामधलं अंतर, आपण क्षितिजाच्या दिशेनं कितीही पायपीट केली तरी आहे तेवढंच राहातं. ज्ञानाचंही तसंच आहे. ज्ञान कितीही मिळवलं तरी संपूर्ण ज्ञान आणि आपण मिळवलेलं ज्ञान यात कायम अंतर असतंच. कितीही ज्ञान मिळवलं तरी मिळवलेलं ज्ञान आणि मिळवायचं ज्ञान यात अंतर राहाणारच.

ज्ञान आणि अज्ञान यात मूलभूत फरक आहे. अज्ञान हे जन्माबरोबरच येत असतं. बाहेरून कुठून मिळवून आणावं लागत नाही. परंतु प्रत्येक ज्ञान आपल्याला मिळवावंच लागतं. ज्याचं डोकं जेवढं; तेवढं त्याचं ज्ञान. अज्ञान काय, असत्य काय या सहज प्रवृत्ती आहेत. खोटं बोलण्यासाठी कुणाची शिकवणी लावावी लागत नाही किंवा एखाद्या अमेरिकन डेल कॉर्नेजीनं, 'हाऊ टु टेल लाय ॲण्ड चीट दी पिपल' या शीर्षकाचं पुस्तक लिहिण्याची आवश्यकता नाही. स्वत:च्या

बचावासाठी आणि स्वत:च्या फायद्यासाठी माणूस अन्त:स्फूर्तीनं स्वत: होऊन खोटं बोललो. खरं बोलणं मात्र प्रयत्नपूर्वक परिश्रम करून प्राप्त करून घ्यावं लागतं. खरं बोलणं ही काही माणसाची सहज-प्रवृत्ती नाही. कित्येकदा नाईलाजानं खरं बोलावं लागतं तर अनेक लोकांच्या बाबतीत खोटं बोलण्याचं चातुर्य त्यांना निसर्गत:च फार कमी लाभलेलं असतं. अशी माणसं मतिमंदाप्रमाणे 'असत्यमंद' असतात आणि त्यामुळे खरं बोलत राहतात असो. फारच तात्विक विवेचन होत चाललं आहे. मूळ गोष्ट अज्ञानाबद्दलची आहे. माणसं कमीत कमी वेळात आणि कमीत कमी शब्दात आपलं प्रखर अज्ञान कसं प्रकट करू शकतात हे बघणं मनोरंजक ठरेल. या अज्ञानी जनांच्या मांदियाळीमध्ये माझाही खारीचा वाटा आहे. प्रथम माझ्यापासूनच सुरूवात करतो.

मी आज जरी लेखक म्हणून प्रसिद्ध असलो तरी----शब्दाचे अर्थ तर मी माझ्या पद्धतीनं लावत असे. बादल म्हणजे बादली असं मला उगीचच वाटत असे. मराठीत बादली म्हणतात आणि हिंदीत बादल म्हणतात असं वाटायचं. पुढं कधी तरी ज्ञानप्राप्ती झाल्यावर बादल म्हणजे बादली नसून हिंदीमध्ये ढगाला बादल म्हणतात हे कळलं. तरीही माझं अज्ञान ज्ञानाला अगदी चिकटून होतं याचं मला समाधान वाटलं. बादलीत पाणी असतं आणि बादलातही पाणीच असतं. बादली आणि बादल म्हणजे पाणी ठेवण्याची वस्तू (कंटेनर) एवढं साम्य दोन्ही शब्दात आहे.

साधा मध हा पदार्थ दाट अर्धप्रवाही पदार्थ आहे. लहानपणापासूनच मला हे माहीत होतं. ही झाली ज्ञानाची बाजू. मला एकदा ज्येष्ठमध बाजारातून आणायला सांगितलं होतं. त्यावेळी वय वर्ष सुमारे आठ. कोणत्या तरी धड्यात ज्येष्ठ हा शब्द गेला होता. ज्येष्ठ म्हणजे, इतर लहानांपेक्षा मोठा असा साधारण अर्थ आहे. एवढं माहीत होतं. हे आणखी थोडं ज्ञान. मी पैसे घेऊन दुकानात गेलो आणि म्हणालो, 'ज्येष्ठमध द्या' असं म्हणून एक बऱ्यापैकी मोठी बाटली दुकानदाराला दिली. बाटलीचं तोंड मोठं होतं. दुकानदाराला म्हणालो, 'मोठ्या तोंडाची बाटली आणली आहे. ओतताना बाहेर सांडणार नाही.'

दुकानदारानं ओळखलं की, हे खुळं ध्यान आहे. ज्येष्ठमधही साध्या मधाप्रमाणेच पातळ पदार्थ असावा असं या येड्याला वाटत असावं असं दिसत. म्हणून दुकानदारानं मला विचारलं,'मोठ्या तोंडाची बाटली कशाला आणलीस?' तेव्हा मी म्हणालो, 'ज्येष्ठ हा शब्द तुम्हाला तुमच्या मराठीच्या पुस्तकात गेला नाही वाटतं. ज्येष्ठ म्हणजे मोठा. ज्येष्ठमध साध्या मधापेक्षा मोठा असणार म्हणून मी मुद्दाम मोठ्या तोंडाची बाटली आणली आहे.' हे एकून मी गाढव आहे ह्याची त्याला खात्री पटली.

पंढरपुरात लहानपण गेलं. माझे एक नातेवाईक रितीप्रमाणे कमी शिकलेले होते. त्या काळात व्ह. फा. म्हणजे व्हरनॅक्युलर फायनल परीक्षा पास होणं म्हणजे

देशी पद्धतीनं आय.सी.एस. होणं एवढ्या मोलाचं होतं. व्ह. फा. पास स्थळावर मुलीच्या बापांच्या उड्या पडत असत. ज्यांच्या उड्यांची झेप एवढी उंच नसे, अशा बापांना व्ह. फा. नापास स्थळसुद्धा व्ह. फा. पास सारखंच मोलाचं वाटायचं. 'हे व्ह. फा. नापास स्थळ पैशांकडे बघून हातचं घालून बसू नका' असले पोक्त माणसांचे सल्ले त्या काळात ऐकू यायचे.

माझे ते नातेवाईक फक्त चौथी पास होते. तरुण होते. ते एका खाजगी मालकाकडे कारकून म्हणून लागले होते. हिशेब ठिशेब लिहिण्याचं काम ते करत असत. त्यांच्याबरोबर मी एकदा जात होतो. वय वर्षे नऊ. त्यांना एकजण भेटला. त्यानं विचारलं, 'हल्ली काय करता?' नातेवाईक म्हणाले, 'मी अमुक ठिकाणी क्लार्क म्हणून काम करत असतो.' ते मित्र गेल्यावर मी माझ्या ग्रेट नातेवाईकांना विचारलं, 'तुम्ही कारकून म्हणून काम करत होता ना, मग कारकुनाचे क्लार्क कधी झालात?' नातेवाईकानं,मी बावळट आहे हे लगेच ओळखलं. ते म्हणाले, 'विनू (म्हणजे अज्ञान विशारद मी) मालक माझ्या कामावर खूश झाले. म्हणून त्यांनी मला कारकुनाच्या जागेवरून क्लार्कच्या जागेवर बढती दिली.' माझा एक नातेवाईक स्वत:च्या हुशारीच्या बळावर साध्या कारकुनाचा क्लार्क होतो ह पाहून मी छाती तशी लहान असली तरी भरून आली. हे अज्ञानतिमिर नष्ट व्हायला बरीच वर्षे लागली. कारण त्या वेळच्या मॅकमिलनच्या पहिल्या तिन्ही रीडर्समध्ये क्लार्क हा शब्द आलाच नव्हता. उलट क्लार्क (गेबल) या नावाचा एक फार मोठा चित्रपट- नट आहे ही माहिती कुठून तरी कानावर आल्यामुळे तर क्लार्क बद्दलचा माझा दबदबा आणखीच वाढला.

एकदा माझ्या उजव्या पायाला ठेच लागून जखम झाली. देशस्थी हलगर्जीपणामुळे जखमेकडे लक्ष दिलं नाही. जखम चिघळली. त्या काळात शाळेत इंग्लिशही शिकत होतो. बरेच इंग्लिश शब्द माहीत झाले होते. काही शब्दांचे अर्थ शिक्षक सांगायचे, काही शब्दांचे अर्थ मी शब्दकोषातून पाहात असे तर काही काही शब्दांचे अर्थ, त्या शब्दाचं बाह्य रूप पाहून मीच ठरवत असे. मी जखमी पायासह डॉक्टरांकडे गेलो, तिथं माझं इंग्लिश फुरफुरू लागलं. डॉक्टरांपुढं इंग्लिशचं (अ) ज्ञान पाजळायचं काही नडलं होतं का? पण अज्ञान स्वस्थ बसू देईना. मी पाय दाखवत डॉक्टरांना म्हणालो, 'डॉक्टर माझ्या या पायाला पायोरिया झाला आहे. फार ठणकतोय हा पाय.' डॉक्टर माझ्याकडे बघतच राहिले. ते मला म्हणाले, ''वत्सा विनू तू ऑक्सफर्डचा एम.ए. आहेस हे मी ऐकून होतो. आता खात्री पटली.' असा माझा गौरव करून डॉक्टर म्हणाले, ''पायोरिया हा पायाचा रोग नसून दातांचा रोग आहे. उद्या तू 'रेडिऑलॉजी म्हणजे रेडिओ दुरूस्त करण्याचं शास्त्र' असंसुद्धा म्हणशील.''

माझा एक लांबचा आतेभाऊ, शिक्षण बेताचंच पण बडबड फार. त्यामुळे

तो स्वत: होऊनच स्वत:ला बराच (बराच का? पुष्कळच) शहाणा समजत असे. पुष्कळ बडबड पुष्कळ शहाणपणा, कमी बडबड कमी शहाणपणा असं त्याचं शहाणपणाचं मोजमाप होतं. आमचाच एक नातेवाईक, आमचा नातेवाईक असूनही सांगलीच्या कॉलेजात शिकत होता. हे मात्र टू मचच होतं. तो एकदा सुट्टीला आला असता, आमचा हा बृहस्पती आतेभाऊ तिथं आला. कॉलेजवाल्या नातेवाईकाशी आता बोलायचं आहे. इंग्लिश वापरले पाहिजेत असं ठरवून तो बोलू लागला. क्रिकेट, बॅडमिंटन, टेनिस, फुटबॉल, हॉकी वगैरे खेळासंबंधीचे इंग्लिश शब्द माहीत होते. प्रत्यक्ष कोणताच खेळ त्याला खेळता येत नव्हता. क्रिडा संबंधीच्या या शब्दांबरोबरच जिमखाना हा शब्द सुद्धा त्याला ऐकून माहीत होता. त्यानं, क्रिकेट, टेनिस वगैरे खेळतोस का हे विचारत विचारत असंही विचारलं की, 'काय रे, तुला जिमखानासुद्धा खेळता येतो का?' तो कॉलेजवाला नातेवाईक गंभीरपणे म्हणाला, 'होय, प्रत्येक विद्यार्थ्याला जिमखाना खेळणं कंपलसरी असतं. जिमखाना खेळवल्याचे ठराविक दिवस भरल्याशिवाय परीक्षेलाच बसू देत नाहीत. म्हणून आम्ही सर्वात अगोदर जिमखाना खेळणं उरकून घेतो.'

तर्खडकरांच्या तीन भाषांतर पाठमाला आणि काळेज ट्रान्स्लेशन (हा प्रेमळ मराठी उच्चार. इंग्लिश झालं म्हणून काय झालं. 'ळ'ला धक्का लावणे नसे.) ही आमची इंग्लिशची दोन तीर्थक्षेत्रं होती. रेन मार्टिनपेक्षा जवळची वाटायची. तरीही काही मंडळी या चार पुस्तकांविषयी उदासीन असायची. त्यामुळे त्याचंच म्हणता येईल असे एक निराळंच इंग्लिश असे. तसलं इंग्लिश ते फाड फाड सुद्धा बोलत असत. 'त्याचं काय आहे.' असं आपण सहज म्हणतो. प्रत्यक्ष या शब्दांना विशेष अर्थ नसतो. परंतु आमचे विद्वान मित्र, 'इटस व्हाट इज' असं भाषांतर करून पुढचं इंग्लिश, मराठीच्या वळणावळणानं, वळणाना वळणानं बोलत जातो. मग काय, 'जखमेवर मीठ चोळू नकोस' भाषांतर 'डू नॉट रब कॉमन सॉल्ट अपॉन माय वुंड', 'तो मला नेहमी पाण्यात पाहातो' याचं सुरस भाषांतर, 'ही ऑल्वेज सीज मी इंटु दि वॉटर.' असे करतो. 'आताच गेले'चं भाषांतर 'जस्ट 'पास्ड अवे' असं करतो. 'यू आर नॉट वर्कींग हार्ड' या साहेबाच्या शेऱ्याला उत्तर म्हणून तो ''नो सर सो. (तसं नाही सर) उलट आय ॲम वर्कींग हार्डली' असं सांगतो. अशी अज्ञानाची मांदियाळी कुठंही जा, भरपूर असते. असल्या अज्ञानामुळे ज्ञान मिळत नसलं तरी मनोरंजन भरपूर होतं.

●●●